വർഗ്ഗവീക്ഷണം നാടോടിപ്പാട്ടുകളിൽ

vargaveekshanam nadodipattukalil
study
•
vattaparambil peethambaran
•
first edition
december 2019
•
published
chintha publishers, thiruvananthapuram
•
typesetting
star communications, thiruvananthapuram
•
cover
vinod mangoes

Distribution
DESHABHIMANI BOOK HOUSE
H O Thiruvananthapuram 695035
phone: 0471-2303026, 6063026
Email: chinthapublishers@gmail.com
Website: www.chinthapublishers.com

Branch
Head Office Kunnukuzhi • Statue Thiruvananthapuram • KSRTC Bus Station Alappuzha • KSRTC Bus Station Ernakulam • Machingal Lane Thrissur • IG Road Kozhikode • Mavoor Road Kozhikode • NGO Union Building Kannur • Central Bus Terminal Complex Thavakkara Kannur

CO - 2894 / 5182
ISBN - 978-93-89410-53-2

വർഗ്ഗവീക്ഷണം നാടോടിപ്പാട്ടുകളിൽ

(പഠനം)

വട്ടപ്പറമ്പിൽ പീതാംബരൻ

ചിന്ത പബ്ലിഷേഴ്സ്
തിരുവനന്തപുരം-695 035

വട്ടപ്പറമ്പിൽ പീതാംബരൻ

പ്രശസ്ത നാടകകൃത്ത്, മാതൃകാദ്ധ്യാപകൻ, സംഘാടകൻ. 1938 മാർച്ച് 7 ന് തിരുവനന്തപുരത്ത് ശ്രീകാര്യത്ത് വട്ടപ്പറമ്പിൽ വീട്ടിൽ ജനിച്ചു.

അച്ഛൻ: വി രാഘവൻപിള്ള. അമ്മ: പി അമ്മുക്കുട്ടിയമ്മ.

1957 മുതൽ 31 വർഷക്കാലം വിവിധ സ്കൂളുകളിൽ അദ്ധ്യാപകനായും, 1988 മുതൽ 1993 വരെ കോലിയക്കോട് ഗവ: യു പി എസിൽ പ്രഥമാദ്ധ്യാപകനായും ജോലിനോക്കി. 1993 ൽ സർവ്വീസിൽനിന്ന് വിരമിച്ചു. ഇപ്പോൾ സാംസ്കാരിക പ്രവർത്തനങ്ങളിൽ സജീവം.

14-ാം വയസ്സുമുതൽ നാടകങ്ങളിൽ അഭിനയിക്കാൻ തുടങ്ങി. 4000ൽപ്പരം വേദികളിലായി കേരളത്തിലെ പല നാടക സംഘങ്ങളുടെ നാടകങ്ങളിലും 45 വർഷമായി ആകാശവാണി നാടകങ്ങളിലും ചില ടി വി സീരിയലുകളിലും അഭിനയിക്കുന്നുണ്ട്.

കെ എസ് ടി എ സബ് ജില്ലാ പ്രസിഡന്റ് ആയിരുന്നു. അക്കാദമിക് കൗൺസിൽ സെക്രട്ടറി, ബാലസംഘം ജില്ലാ രക്ഷാധികാരി കമ്മിറ്റി അംഗം, കേരള ഡ്രാമാവർക്കേഴ്സ് വെൽഫെയർ അസോസിയേഷൻ സംസ്ഥാന പ്രസിഡന്റ്, സ്കൂൾ യുവജനോത്സവം സംസ്ഥാന ജൂറി അംഗം എന്നീ നിലകളിലും പ്രവർത്തിക്കുന്നു. 1987 ൽ അദ്ധ്യാപക-കലാസാഹിത്യ സമിതിയുടെ നാടകരചനയ്ക്കുള്ള സംസ്ഥാന അവാർഡും 1990 ൽ അദ്ധ്യാപകർക്കുള്ള സംസ്ഥാന അവാർഡും നേടുകയുണ്ടായി.

കൃതികൾ: *പാഞ്ചജന്യം മുഴങ്ങട്ടെ, വഴിവിളക്കുകൾ, അഷ്ടകലാശം, പാഞ്ചജന്യം മുഴങ്ങാതിരിക്കട്ടെ, ഉദയരാഗം, മലയാള ലഘുവ്യാകരണം, ആയിരത്തൊന്നു ശൈലികൾ, പുരാണ കഥാനിഘണ്ടു, സാഹിത്യക്വിസ് കേളി മുതൽ ധനാശി വരെ, നാടൻപാട്ടുകൾ കുട്ടികൾക്ക്, കടങ്കഥകളിലെ കവിതകൾ, നാടൻപാട്ടുകൾ അഭിനയിക്കാൻ, അമ്മയ്ക്കൊരുമ്മ, മലയാളപ്പെരുമ, ലളിതം മലയാളം, നാട്ടറിവുകളുടെ ഉള്ളറകളിലേക്ക്, അഭിനയത്തിന്റെ അക്കപ്പൊരുൾ തേടി, നാട്ടുമൊഴിച്ചന്തം.*

ഭാര്യ : യശഃശരീരയായ കെ ലളിതകുമാരി
മക്കൾ : ഗീത, സോഫിയ, നദീറ, ഡൈസ്നോൺ.
വിലാസം : രാഗം, ഇരിഞ്ചയം പി ഒ, നെടുമങ്ങാട്
തിരുവനന്തപുരം-695584,
ഫോൺ : 9446479576

ഉള്ളടക്കം

പ്രസാധകക്കുറിപ്പ്

പ്രാദേശിക സംസ്കൃതിയുടെ നേരടയാളങ്ങളാണ് നാടോടിപ്പാട്ടുകൾ. അദ്ധ്വാനവർഗ്ഗത്തിന്റെ ജീവിതാനുഭവങ്ങളെ തീക്ഷ്ണമായി പങ്കുവയ്ക്കുന്ന നാടോടിപ്പാട്ടുകളിൽ സവർണ്ണ - അവർണ്ണ സംസ്കാരങ്ങളുടെ വൈരുദ്ധ്യങ്ങൾ നിറഞ്ഞു നില്ക്കുന്നു. ഇത്തരം വൈരുദ്ധ്യങ്ങളെ വർഗ്ഗവീക്ഷണത്തിൽ നിന്നുകൊണ്ട് വിലയിരുത്തുന്ന പഠനഗ്രന്ഥമാണ് *വർഗ്ഗവീക്ഷണം നാടോടിപ്പാട്ടുകളിൽ.* നാടോടിപ്പാട്ടുകളെ മാർക്സിയൻ വീക്ഷണത്തിൽ വിശകലനം ചെയ്യുന്ന അപൂർവ്വ ഗ്രന്ഥങ്ങളിലൊന്നായ ഈ കൃതി പ്രാദേശിക ചരിത്ര സംസ്കാരപഠിതാക്കൾക്കും അദ്ധ്യാപകർക്കും ഗവേഷകർക്കും ഏറെ ഉപകാരപ്രദമാണ്. വായനാസമൂഹത്തിനായി ഈ കൃതി സമർപ്പിക്കുന്നു.

ചിന്ത പബ്ലിഷേഴ്സ്

മുഖമൊഴി

നമ്മുടെ ചരിത്രരേഖകൾ പരിശോധിച്ചാൽ പലതിലും ഭരണകൂടങ്ങളുടെ സ്വാധീനം കണ്ടെത്താനാകും. അതുകൊണ്ടുതന്നെ നമ്മുടെ ചരിത്രഗ്രന്ഥങ്ങൾ ന്യൂനപക്ഷത്തിന്റെ ചരിത്രമായി ചുരുങ്ങിപ്പോയിട്ടുണ്ട്. ഒരു ദേശത്തെ എല്ലാ ജനവിഭാഗങ്ങളുടെയും സർവ്വവിധ ജീവിതരീതികളുടെയും സമഗ്രമായ സത്യാവിഷ്കാരം മാത്രമേ യഥാർത്ഥ ചരിത്രമാകൂ.

സാഹിത്യത്തിൽ ചരിത്രത്തിന്റെ അംശങ്ങൾ കലരാമെങ്കിലും അവ ഭാവനയിൽ കരുപ്പിടിപ്പിച്ചതാകാനിടയുണ്ട്. എങ്കിലും അവയിൽ ചരിത്രവസ്തുതകൾ ഒളിഞ്ഞും തെളിഞ്ഞും കാണാവുന്നതാണ്.

നമ്മുടെ നാടോടിസാഹിത്യത്തിലെ നാടോടിപ്പാട്ടുശാഖകളെ കുറിച്ചുള്ള സമഗ്രമായ പഠനം ഉണ്ടായിട്ടുണ്ടെന്നു നമുക്കവകാശപ്പെടാനില്ല. അത്തരത്തിലൊരു ഗവേഷണം നടത്തിയാൽ നമ്മുടെ നാടിന്റെ ചരിത്രത്തിലെ വ്യത്യസ്ത മുഖങ്ങൾ നമുക്കു കണ്ടെത്താനാകും. സാമൂഹികമായും സാമുദായികമായും മതപരമായും ഭരണപരമായുമുള്ള നിരവധി വസ്തുതകളിലേക്കു വെളിച്ചം വീശാൻ നമ്മുടെ നാടോടിപ്പാട്ടുകൾക്കു കഴിയും. വ്യത്യസ്തമായ ആചാരങ്ങളും വിശ്വാസങ്ങളും, ജാതീയമായ ഉച്ചനീചത്വങ്ങളും, നവോത്ഥാന കാഴ്ചപ്പാടുകളും നാടൻപാട്ടുകളിൽ കാണാനാകും. ജന്മിത്തത്തിന്റെയും നാടുവാഴിത്തത്തിന്റെയും, അടിമ-ഉടമാ സമ്പ്രദായത്തിന്റെയും, മതമേധാവിത്വ ചെയ്തികളുടെയും നേരും നുണയും നാടോടിപ്പാട്ടുകളിലൂടെ തിരിച്ചറിയാനാവും. സമ്പന്നമേലാള വർഗ്ഗത്തിന്റെയും അദ്ധ്വാനിക്കുന്ന ജനവിഭാഗത്തിന്റെയും വളർച്ചയും, കാഴ്ചപ്പാടുകളും, ജീവിതയാഥാർത്ഥ്യങ്ങളുമൊക്കെ നാടോടിപ്പാട്ടുകളിൽ നിന്നു കണ്ടെത്താം. ഭാഷാപരമായ വികാസപരിണാമങ്ങളും, വൈചി

ത്ര്യങ്ങളും വൈവിദ്ധ്യങ്ങളും നാടൻപാട്ടുകളിൽ കണ്ടെത്താവുന്നതാണ്. ചുരുക്കത്തിൽ നമ്മുടെ നാടിന്റെ ഒരു കാലഘട്ടത്തിന്റെ ചരിത്രവും, സംസ്കാരവും എന്തെന്നു കണ്ടെത്താൻ നാടോടിപ്പാട്ടുകൾ ഏറെ സഹായകമായിരിക്കും.

ഈ ഗ്രന്ഥത്തിൽ നാടോടിപ്പാട്ടുകളിലെ വർഗ്ഗവീക്ഷണം കണ്ടെത്താനുള്ള എളിയ ശ്രമമാണ് നടന്നിട്ടുള്ളത്. അദ്ധ്വാനവുമായി ബന്ധപ്പെട്ട മിക്ക പാട്ടുകളിലും ഉപരിവർഗ്ഗത്തിന്റെയും തൊഴിലാളിവർഗ്ഗത്തിന്റെയും സാമൂഹിക വീക്ഷണം ഒളിഞ്ഞും തെളിഞ്ഞും കാണാവുന്നതാണ്. അവ പരിശോധിച്ചാൽ ഉപരിവർഗ്ഗ കാഴ്ചപ്പാടുകൾ ഫാസിസവുമായും തൊഴിലാളിവർഗ്ഗ കാഴ്ചപ്പാടുകൾ മാർക്സിസവുമായും വളരെ അടുപ്പമുള്ളതാണെന്നു മനസ്സിലാക്കാം. മാർക്സിസത്തിന്റെ സ്വാധീനം നമ്മുടെ നാടോടിപ്പാട്ടുകളിലെ പണിപ്പാട്ടുകളിൽ കണ്ടുതുടങ്ങിയത് കമ്യൂണിസ്റ്റ് പ്രസ്ഥാനത്തിന്റെ തുടക്കത്തോടെയാണെന്ന സത്യത്തെ ആർക്കും തമസ്ക്കരിക്കാനാവില്ല. നമ്മുടെ വിദ്യാർത്ഥി-യുവജന-തൊഴിലാളി പ്രസ്ഥാനങ്ങൾ അത്തരം പാട്ടുകളും അവയുടെ ദൃശ്യാവിഷ്കാരങ്ങളും അർഹിക്കുന്ന പ്രാധാന്യത്തോടെ പ്രചരിപ്പിക്കേണ്ട കാലമാണിത്. ഫാസിസ്റ്റ് ചിന്താധാരകളെ പരിപോഷിപ്പിക്കാനായി മതതീവ്രവാദശക്തികൾ ഈശ്വരാരാധനയുടെ മറപറ്റി ആരാധനാലയങ്ങളെ അതിനായി ദുരുപയോഗം ചെയ്യുന്നത് പ്രതിരോധിക്കാൻ കമ്യൂണിസ്റ്റാശയ പ്രചാരണത്തിനായി. കലയും സാഹിത്യവും പ്രയോജനപ്പെടുത്താൻ മതേതര കാഴ്ചപ്പാടുള്ള സാംസ്കാരികപ്രസ്ഥാനങ്ങൾക്കൊപ്പം കമ്യൂണിസ്റ്റ് പ്രസ്ഥാനം കൈകോർക്കേണ്ട ഘട്ടമാണിത്. അതിന് നാടോടിപ്പാട്ടുകളെ എങ്ങനെ പ്രയോജനപ്പെടുത്താമെന്ന ചിന്ത അനിവാര്യമായിരിക്കുന്നു.

എന്റെ ഗ്രന്ഥങ്ങളിൽ നാട്ടറിവുകളുമായി ബന്ധപ്പെട്ടവ അഞ്ചിലേറെയുണ്ട്. അവയിൽ പ്രധാനപ്പെട്ടവ *നാട്ടറിവുകളുടെ ഉള്ളറകളിലേക്ക്, കുട്ടികളുടെ നാടൻപാട്ടുകൾ വ്യാഖ്യാനസഹിതം, നാട്ടുമൊഴിച്ചന്തം* എന്നിവയാണ്. അവയെക്കാളൊക്കെ പ്രാധാന്യമേറിയതാണ് *വർഗ്ഗവീക്ഷണം നാടോടിപ്പാട്ടുകളിൽ* എന്ന ഈ ഗ്രന്ഥം. എന്റെ പ്രിയപ്പെട്ട അനുജനും, കമ്യൂണിസ്റ്റുകാരനും, കെ എസ് ആർ ടി സി എംപ്ലോയീസ് അസോസിയേഷന്റെ സംസ്ഥാന വൈസ് പ്രസിഡന്റും, കലാകാരനും വാഗ്മിയുമായിരുന്ന, അകാലത്തിൽ ഞങ്ങളെ വിട്ടുപിരിഞ്ഞ വട്ടപ്പറമ്പിൽ വാമദേവന്റെ മകൻ വിപിൻ ചന്ദാണ് ഇത്തരം ഒരു പുസ്തകത്തിന്റെ രചനയ്ക്ക് എന്നെ പ്രേരിപ്പിച്ചത്. വിപിൻചന്ദിനോടുള്ള നന്ദി അറിയിച്ചുകൊണ്ട് തൊഴിലാളി നേതാവായിരുന്ന എന്റെ അനുജന്റെ ഓർമ്മയ്ക്കുമുന്നിൽ ഈ ഗ്രന്ഥം സമർപ്പിക്കുന്നു.

പുസ്തക രചനയിലും എന്റെ എല്ലാ ഉയർച്ചയിലും എനിക്ക് വഴികാട്ടിയായ എന്റെ പ്രിയ ജ്യേഷ്ഠൻ പ്രൊഫ. വട്ടപ്പറമ്പിൽ ഗോപിനാഥ

പിള്ള, സുഹൃത്തുക്കൾ, ബന്ധുജനങ്ങൾ, കുടുംബാംഗങ്ങൾ ഈ ഗ്രന്ഥത്തിന്റെ പ്രസിദ്ധീകരണച്ചുമതല ഏറ്റെടുത്ത ചിന്ത പബ്ലിഷേഴ്സ് എന്നിവരോട് അകമഴിഞ്ഞ നന്ദിയറിയിച്ചുകൊണ്ട് ഈ ഗ്രന്ഥം സഹൃദയരായ മലയാളി സമൂഹത്തിനു മുന്നിൽ അവതരിപ്പിക്കുന്നു.

സസ്നേഹം

വട്ടപ്പറമ്പിൽ പീതാംബരൻ

നാടോടിപ്പാട്ടുകൾ

ലോകത്തിലെ എല്ലാ സംസ്കാരങ്ങളുടെയും പ്രഭവ കേന്ദ്രം നദീതടങ്ങളാണ്. അത്തരം പരിസ്ഥിതി അനുകൂല പ്രദേശങ്ങളിലാണ് മനുഷ്യൻ കൂട്ടായി ജീവിക്കാൻ തുടങ്ങിയത്. കൃഷിക്കു പറ്റിയ മണ്ണും വെള്ളവും സുലഭമായ നദീതടങ്ങൾ അതിനായി അവർ കണ്ടെത്തി. കൃഷിയുമായി-Agriculture-ബന്ധമുള്ളതാണ് culture അഥവാ സംസ്കാരം എന്ന പദം.

സംസ്കാരം ഏറ്റവും കൂടുതൽ ബന്ധപ്പെട്ടിരിക്കുന്നത് അദ്ധ്വാനവുമായിട്ടാണ്. നദീതടങ്ങൾ കേന്ദ്രീകരിച്ച് കൃഷിപ്പണി ചെയ്തു ജീവിച്ചിരുന്ന കർഷകത്തൊഴിലാളികൾ - അദ്ധ്വാനിക്കുന്ന ജനവിഭാഗം - സംസ്കാരത്തിന്റെ വിത്തുപാകി. അങ്ങനെ സിന്ധുനദീതട സംസ്കാരം, മെസൊപ്പൊട്ടേമിയൻ സംസ്കാരം, നൈൽ നദീതടസംസ്കാരം തുടങ്ങിയവ രൂപം കൊണ്ടു. മനുഷ്യന്റെ സംഘശക്തിയും അദ്ധ്വാനവുമാണ് എല്ലാ സംസ്കാരങ്ങളുടെയും അടിസ്ഥാനശിലകൾ. അതുകൊണ്ടുതന്നെ എല്ലാ സംസ്കാരങ്ങളിലും അദ്ധ്വാനത്തിന്റെ കായബലവും, വിയർപ്പിന്റെ ഗന്ധവും അലിഞ്ഞു ചേർന്നിരിക്കും.

സംസ്കാരത്തിന്റെ സത്തയായ കലകളും അദ്ധ്വാനവുമായി ബന്ധപ്പെട്ടു തന്നെയാണ് രൂപം കൊണ്ടത്. സംഗീതം, അഭിനയം, ശില്പവിദ്യ, ചിത്രമെഴുത്ത് തുടങ്ങിയ കലകൾക്കെല്ലാം അദ്ധ്വാനവുമായി നാഭീനാള ബന്ധമാണുള്ളത്.

വേട്ടയാടി ഉപജീവനം നടത്തിയിരുന്ന ആദിമ മനുഷ്യരുടെ ചെറുസംഘങ്ങൾ, വേട്ടയാടലിന്റെ വൈവിദ്ധ്യങ്ങൾ പരസ്പരം കൈമാറിയിരുന്നത് ശാരീരികാവയവങ്ങളുടെ ചലനങ്ങളിലൂടെയും, മുഖത്തെ മാംസപേശികളുടെയും കണ്ണുകളുടെയും വ്യത്യസ്ത ചലനങ്ങളിലൂടെയും,

വിവിധ ശബ്ദങ്ങളിലൂടെയുമായിരുന്നിരിക്കാം. ഇതായിരിക്കും അഭിനയം എന്ന കലാരൂപത്തിന്റെ ആണിക്കല്ല്.

വേട്ടയാടലുമായി ബന്ധമുള്ള പ്രവർത്തനങ്ങളുടെ താളാത്മകമായ ചലനങ്ങളോടൊപ്പം അറിയാതെ പുറത്തുവന്ന താളാത്മക ശബ്ദങ്ങളാകാം സംഗീതത്തിനു വിത്തുപാകിയത്. വേട്ടയാടിക്കിട്ടിയ മൃഗസമ്പത്തിന്റെ ലഭ്യതയിൽ മതിമറന്ന് പ്രകടമായിപ്പോയ സന്തോഷത്തള്ളലിലൂടെയുണ്ടായ ശാരീരിക ചലനങ്ങളും ആഹ്ലാദപ്രകടനങ്ങളുമാകാം നൃത്തത്തിനു തുടക്കമിട്ടത്. വേട്ടയാടലിന് കല്ലുകളാൽ നിർമ്മിച്ച ആയുധങ്ങളിലൂടെ ശില്പവിദ്യക്കും; വേട്ടയാടിക്കിട്ടിയ മൃഗരൂപങ്ങൾ കല്ലുകളാൽ ഗുഹാഭിത്തികളിൽ കോറിയിട്ടവ ചിത്രരചനയ്ക്കും തുടക്കം കുറിച്ചിരിക്കാം. ഇങ്ങനെ മനുഷ്യന്റെ അദ്ധ്വാനവുമായി ബന്ധപ്പെട്ടാണ് മിക്ക കലകളും രൂപം കൊണ്ടതെന്ന് അനുമാനിക്കാവുന്നതാണ്.

മനുഷ്യന്റെ എല്ലാത്തരം കായികാദ്ധ്വാനത്തിനും ഒപ്പമുള്ള ശ്വാസത്തോടൊപ്പം അറിയാതെ തന്നെ ചില ശബ്ദങ്ങൾ പുറപ്പെടുന്നുണ്ട്. ഈ ശബ്ദങ്ങൾ, ചെയ്യുന്ന പ്രവർത്തനങ്ങളുടെ താളത്തിനനുസൃതമായിരിക്കും. മൺവെട്ടികൊണ്ടുള്ള പ്രവർത്തനങ്ങൾ, വിറകുകീറൽ, കൽപ്പണികൾ, ഭാരം തള്ളൽ, പാറപൊളിക്കൽ, വള്ളം തുഴയൽ തുടങ്ങിയവയിലെല്ലാം ഇത്തരം ശബ്ദങ്ങൾ കൂടി പുറത്തുവരാറുണ്ട്. താളനിബദ്ധങ്ങളായ ഇത്തരം ശബ്ദങ്ങളാകാം സംഗീതത്തിന് ബീജാവാപം ചെയ്തത്.

കാലക്രമത്തിൽ ഭാഷയുടെ കണ്ടുപിടുത്തത്തോടെ താളാത്മകങ്ങളായ ഈ ശബ്ദങ്ങൾ അക്ഷരപ്രയോഗത്തിനു വഴി മാറിക്കൊടുത്തു. അങ്ങനെ രൂപം കൊണ്ടവയാണ് വായ്ത്താരികൾ. ലോകത്തിലെ എല്ലാ ഭാഷകളിലും ഇത്തരം വായ്ത്താരികളുണ്ട്. ക്രമേണ ഇത്തരം വായ്ത്താരികൾക്ക് യോജിച്ച വിധത്തിൽ അതതു ദേശക്കാരുടെ വായ്മൊഴികളിൽ ആ കാലഘട്ടത്തിന്റെയും ദേശങ്ങളുടെയും തനത് സംസാര ഭാഷയിൽ പാട്ടുകളുടെ രൂപത്തിൽ ആശയപ്രകാശനം നടന്നിരുന്നു. അവയാണ് പില്ക്കാലത്ത് ശേഖരിക്കപ്പെട്ട പ്രാകൃത നാടോടി ഗാനങ്ങൾ, വീണ്ടും വർഷങ്ങൾ കഴിഞ്ഞ് അതതു ദേശക്കാരുടെ സംസാരഭാഷയിൽ പ്രാകൃത ഗാനങ്ങളെക്കാൾ പരിഷ്കൃതമായ ഭാഷാ ശൈലിയിൽ ഇന്നു നാം കാണുന്ന നാടോടിഗാനങ്ങളുണ്ടായി. ഈ ഗാനങ്ങൾ തലമുറകളിലേക്കു പകർന്നത് വായ്മൊഴിത്തനിമകളിലൂടെയാണ്. ഇവയിൽ ഒറ്റയ്ക്കു പാടിയവയും, സംഘം ചേർന്നു പാടിയവയും ഉണ്ടായിരുന്നു. ഇവ വായ്മൊഴികളിലൂടെ പകർന്നു വന്നതിനാൽ കാലക്രമത്തിൽ രൂപാന്തരങ്ങൾ സംഭവിച്ചിട്ടുണ്ട്. ഇവ പൂർണ്ണമായി സമാഹരിക്കാൻ നമുക്കായിട്ടില്ല.

ഇത്തരം നാടോടിപ്പാട്ടുകളുടെ പ്രഭവകാലത്തുതന്നെ മാനവസമൂഹത്തിന്റെ വർഗ്ഗവിഭജനവും നടന്നിരുന്നു. ആ വർഗ്ഗവിഭജനത്തിന്റെ ആധാരം സമ്പത്തായിരുന്നു. മണ്ണിനോടു പടവെട്ടി, അദ്ധ്വാനം വിറ്റ് ജീവൻ നിലനിർത്താൻ വിധിക്കപ്പെട്ടവരെന്ന് സമ്പന്നവർഗ്ഗം മുദ്രകുത്തിയ ബഹുഭൂരിപക്ഷം ഒരു പ്രബല വർഗ്ഗം. ബഹുഭൂരിപക്ഷത്തിന്റെ അദ്ധ്വാ

നത്തിന്റെ ഫലം അധികാരത്തിന്റെ പിൻബലത്തോടെ ചൂഷണം ചെയ്ത് സ്വന്തമാക്കിയ ന്യൂനപക്ഷം. ഇതായിരുന്നു മാനവസമൂഹത്തിൽ രൂപപ്പെട്ട പ്രബലമായ വർഗ്ഗവിഭജനം.

ഫ്യൂഡലിസത്തിന്റെ വളർച്ച മുതലാളിത്തത്തിലേക്കുള്ള പ്രവേശനത്തിന് വഴിയൊരുക്കിയതുകൊണ്ട് മുതലാളിത്തത്തിന് ഫ്യൂഡലിസത്തിന്റെ വർഗ്ഗസ്വഭാവവുമായി ബന്ധമുണ്ടായിരുന്നു. പതിനാറാം നൂറ്റാണ്ടിന്റെ ഉത്തരാർദ്ധത്തിലായിരുന്നു ഈ മാറ്റപ്രക്രിയയ്ക്ക് തുടക്കംകുറിച്ചത്. വ്യവസായ വിപ്ലവത്തോടെ ഫ്യൂഡൽ വ്യവസ്ഥയെ മാറ്റിമറിച്ച് ബൂർഷ്വാ വർഗ്ഗം രൂപംകൊണ്ടു; ഒപ്പം തൊഴിലാളി വർഗ്ഗ കൂട്ടായ്മയും. ഈ വർഗ്ഗവും ചൂഷകന്റെയും ചൂഷിതന്റെയും സ്ഥാനത്തായി. തുടക്കം മുതൽ ഇവർ തമ്മിൽ പലകാര്യങ്ങളിലും പ്രവർത്തനങ്ങളിലും നിരവധി വൈരുദ്ധ്യങ്ങളുണ്ടായിരുന്നു. ഈ വൈരുദ്ധ്യങ്ങൾ ഇവർ തമ്മിലുള്ള നിരന്തര സമരങ്ങൾക്ക് കാരണമായി. അവ തുടർന്നുകൊണ്ടേയിരിക്കുന്നു.

ചൂഷക വർഗ്ഗത്തിനു പിൻബലമേകിയിരുന്നത് ഭരണാധികാരി വർഗ്ഗവും പൗരോഹിത്യവും ചേർന്ന കൂട്ടുകെട്ടായിരുന്നു. ഒരു ഭാഗത്ത് ഭരണാധികാരികളും പൗരോഹിത്യവും, ഭൂവുടമകളും മുതലാളിത്തവും ചേർന്ന സമ്പന്നവർഗ്ഗം. മറുഭാഗത്ത് അദ്ധ്വാനം കൈമുതലായുള്ള നിസ്വ വർഗ്ഗം. ഈ രണ്ടു വർഗ്ഗവും തമ്മിലുള്ള സംഘർഷങ്ങളുടെ കഥ ലോക ചരിത്രത്തിൽ പലേടത്തും കണ്ടെത്താനാവും. അതിന്റെ പ്രതിഫലനങ്ങൾ സാഹിത്യത്തിൽ ദർശിക്കാവുന്നതാണ്.

ലോക സാഹിത്യചരിത്രത്തിൽ നാടോടി സാഹിത്യത്തിന് നിസ്സാരമല്ലാത്ത സ്ഥാനമാണുള്ളത്. നാടോടിക്കഥകൾ, നാട്ടുമൊഴികൾ, നാടൻപഴഞ്ചൊല്ലുകൾ, കടങ്കഥകൾ, ഐതിഹ്യകഥകൾ, നാടൻ ശൈലികൾ, നാടോടിപ്പാട്ടുകൾ തുടങ്ങിയവ നാടോടിസാഹിത്യത്തിന്റെ വിഭാഗങ്ങളാണ്. നാടോടിസാഹിത്യമാണ് ലോകത്തിലെ എല്ലാ രാജ്യങ്ങളിലെയും ആദിമ സാഹിത്യരൂപം. അതുകൊണ്ടുതന്നെ ഓരോ രാജ്യത്തിലെയും സാഹിത്യത്തിന്റെയും അതുവഴി ലോകസാഹിത്യത്തിന്റെയും ആദ്യപടി നാടോടിസാഹിത്യമാണെന്ന് നിശ്ചയിക്കാവുന്നതാണ്. തന്മൂലം ലോകത്തിലെ എല്ലാ സാഹിത്യവിഭാഗങ്ങളും നാടോടിസാഹിത്യവുമായും അതിലൂടെ അദ്ധ്വാനവുമായും ബന്ധപ്പെട്ടിരിക്കുകയാണ്. ലോകത്തൊരിടത്തും അദ്ധ്വാനവുമായി ബന്ധപ്പെടാതെ സാഹിത്യം രൂപപ്പെട്ടിട്ടില്ലെന്ന വസ്തുത നിഷേധിക്കാനാവില്ല. അതിനാൽ ബഹുഭൂരിപക്ഷം വരുന്ന അടിസ്ഥാന വർഗ്ഗമായ അദ്ധ്വാനിക്കുന്ന ജനവിഭാഗവുമായി ബന്ധപ്പെടാത്ത ഒരു സാഹിത്യവും ഇല്ലെന്നത് യാഥാർത്ഥ്യമായി എന്നും നിലനില്ക്കുകയും ചെയ്യും.

നമ്മുടെ നാടോടിസാഹിത്യത്തിലെ പ്രധാന ഘടകമായ നാടോടിപ്പാട്ടുകളിലെ വർഗ്ഗവീക്ഷണത്തെക്കുറിച്ചുള്ള പഠനമാണ് ഈ ഗ്രന്ഥത്തിന്റെ ഉള്ളടക്കം. വർഗ്ഗവീക്ഷണം കണ്ടെത്താനായി നാടോടിപ്പാട്ടുകളുടെ വ്യാഖ്യാനം ആവശ്യമായി വരുന്നു. ആ വ്യാഖ്യാനം അദ്ധ്വാനിക്കു

ന്നവന്റെ പക്ഷത്തു നിന്നുകൊണ്ടു മാത്രമേ നടത്താനാവൂ. ഒരുപക്ഷേ, എന്റെ വ്യാഖ്യാനത്തോട് വിയോജിപ്പുള്ളവരുണ്ടാകാം. അതിന്റെ അടിസ്ഥാനം വർഗ്ഗവീക്ഷണങ്ങൾ തമ്മിലുള്ള പൊരുത്തക്കേടായിരിക്കും.

മനുഷ്യമനസ്സിനെ മഥിക്കുന്ന വികാരവിചാരങ്ങളും അഭിപ്രായങ്ങളുമാണ് നാടോടിപ്പാട്ടുകളിലൂടെ പ്രകടമാകുന്നത്. അടിച്ചമർത്തപ്പെട്ടിരുന്നവന്റെ അന്തഃക്ഷോഭങ്ങൾ അവന്റെ തനതുഭാഷയിലൂടെ പുറത്തേക്കു ചാടി. അതിനായി അവർ പല വിഷയങ്ങൾ കണ്ടെത്തി. ഇന്നു നാം കാണുന്ന പല നാടോടിപ്പാട്ടുകളിലും പണിയെടുക്കുന്നവന്റെയും അടിച്ചമർത്തപ്പെട്ടവന്റെയും വേദനകളും ചൂടും പാടുമൊക്കെ ഒളിഞ്ഞും തെളിഞ്ഞും കാണുന്നുണ്ട്.

ഒരു കാലഘട്ടത്തിന്റെ സാമൂഹിക, സാമ്പത്തിക, സാമുദായിക പശ്ചാത്തലം നിരീക്ഷിച്ചറിയാനുള്ള വസ്തുതകൾ നാടോടിപ്പാട്ടുകളിൽ നിന്നു ലഭ്യമാണ്. വടക്കൻപാട്ടുകളിലും തെക്കൻപാട്ടുകളിലും പടയണിപ്പാട്ടുകളിലും പൂരക്കളിപ്പാട്ടുകളിലും തോറ്റം പാട്ടുകളിലും ചരിത്രപരമായ വസ്തുതകളും വർഗ്ഗപരമായ സമീപനങ്ങളും ഉൾക്കൊണ്ടിരിക്കുന്നതായിക്കാണാം. വിശദവും ശാസ്ത്രീയവുമായ പഠനത്തിന് അവ വിധേയമാക്കേണ്ടതാണ്.

നാടുവാഴികളുടെ കിടമത്സരങ്ങളും വീരചരിത്രങ്ങളും, നാട്ടുവഴക്കങ്ങളും, നാട്ടുഭാഷാപ്രയോഗങ്ങളും, നാട്ടാചാരങ്ങളും നാടൻ വിശ്വാസങ്ങളുമൊക്കെ നമ്മുടെ നാടോടിപ്പാട്ടുകളിൽ കാണാവുന്നതാണ്. ഇവയൊക്കെത്തന്നെ മാനവചരിത്ര വസ്തുതകളുമായി ബന്ധപ്പെട്ടിരിക്കുന്നു.

ഓരോ പാട്ടും വ്യാഖ്യാനിച്ച് അവയിലെ വർഗ്ഗപരമായ കാഴ്ചപ്പാടെന്താണെന്ന് വിശദമാക്കുന്ന രീതിയാണ് ഈ ഗ്രന്ഥത്തിൽ സ്വീകരിച്ചിരിക്കുന്നത്.

നാടോടിപ്പാട്ടുകളുടെ വർഗ്ഗീകരണം

പ്രാകൃത മനുഷ്യൻ അദ്ധ്വാനങ്ങളിലെയും അനുഷ്ഠാനങ്ങളിലെയും താളാത്മക ചലനങ്ങളോടൊപ്പം അറിയാതെ അർത്ഥരഹിത ശബ്ദങ്ങൾ പുറപ്പെടുവിച്ചിരുന്നു. ചെയ്യുന്ന കായികാദ്ധ്വാനങ്ങളുടെ കാഠിന്യം അറിയാതിരിക്കാൻ അത്തരം ശബ്ദപ്രയോഗം സഹായിച്ചിരുന്നു. കായികവൃത്തികൾക്കു ശക്തി പകരാനും അവയെ ഉത്തേജിപ്പിക്കാനും ആ ശബ്ദങ്ങളുതകി.

ഭാഷയുടെ ആവിർഭാവത്തോടെ ആ ശബ്ദങ്ങളുടെ സ്ഥാനം അക്ഷരങ്ങൾ കൈയടക്കി. അക്ഷരങ്ങൾ അർത്ഥരഹിതമായി, താളത്തിൽ സമന്വയിപ്പിച്ചു ചൊല്ലാൻ മനുഷ്യനു കഴിഞ്ഞു. താളാത്മകമായി ചെയ്യുന്ന പ്രവൃത്തികളുടെ കൂടെ അക്ഷരങ്ങൾ അതേ താളത്തിൽ ചൊല്ലിത്തുടങ്ങി. ഇവയാണ് വായ്ത്താരികൾ. എല്ലാ ഭാഷകളിലും വായ്ത്താരികൾ കാണാവുന്നതാണ്. ക്രമേണ വായ്ത്താരികൾക്കൊപ്പം അവയുടെ താളത്തിൽ അതതു ദേശങ്ങളിലെ വായ്മൊഴി രൂപങ്ങളിൽ പാട്ടുകളുണ്ടായി. അവയാണ് പ്രാകൃതഗാനങ്ങൾ. കാലം കഴിഞ്ഞതോടെ വായ്മൊഴിയിലുണ്ടായ മാറ്റങ്ങൾക്കനുസൃതമായി പാട്ടുകളിൽ മാറ്റമുണ്ടാകുകയും ഇന്നു കാണുന്ന നാടോടിപ്പാട്ടുകൾ രൂപം കൊള്ളുകയും ചെയ്തു.

നാടൻപാട്ടുകളുടെ കർത്താവ്, കാലം, ജന്മനാട് ഇവയെപ്പറ്റി ശരിയായ രേഖകൾ കണ്ടെത്താൻ നമുക്കായിട്ടില്ല. ഇവ രൂപം കൊണ്ട കാലത്ത് അച്ചടി ഉണ്ടായിരുന്നില്ലെന്നതാണ് അതിനു കാരണം.

സാധാരണ ജനങ്ങളാണ്-കൂടുതലും പണിയെടുക്കുന്ന വർഗ്ഗം- ഇവയ്ക്ക് രൂപം നല്കിയിട്ടുള്ളത്. ഒറ്റയ്ക്കു പാടിയവയും കൂട്ടം ചേർന്നു പാടിയവയും അവയിലുണ്ട്. ഓരോ പ്രദേശത്തും അതത് കാലഘട്ടത്തിൽ പ്രചാരത്തിലിരുന്ന ഗ്രാമീണ വായ്മൊഴികളിലാണ് നാടോടിപ്പാട്ടുകൾ

പാടിയിരുന്നത്. സാമുദായിക ഗാനങ്ങളുടെ ആലാപനം അതതു സമുദായക്കാരുടെ തനതു വായ്മൊഴിയിലായിരുന്നു. അക്കാലത്തുണ്ടായ പാട്ടുകൾ തലമുറകളിലേക്ക് കൈമാറ്റം ചെയ്തിരുന്നത് വായ്മൊഴിയിലൂടെ തന്നെയായിരുന്നു. അതുകൊണ്ടാണ് നാടോടിപ്പാട്ടുകളുടെ ആദിമരൂപങ്ങൾക്ക് കാലക്രമത്തിൽ മാറ്റങ്ങളുണ്ടായത്.

നാടൻപാട്ടുകൾ താളപ്രധാനങ്ങളാണ്. നാടോടിസംഗീതമാണ് ശാസ്ത്രീയ സംഗീതത്തിന് വഴികാട്ടിയെന്നുള്ളതിനാൽ നാടോടിപ്പാട്ടുകളിൽ ശാസ്ത്രീയ സംഗീതസ്പർശം കുറവാണ്.

നാടൻപാട്ടുകളിൽ പലതിന്റെയും യഥാർത്ഥ പാഠം ലഭ്യമല്ല. ലഭ്യമായവയിൽ പലതും അച്ചടിയിലായപ്പോൾ അവയുടെ തനതു വായ്മൊഴി രൂപം വരമൊഴിയിലേക്കു മാറ്റിക്കളയുകയും ചെയ്തു. തന്മൂലം പല നാടൻപാട്ടുകളുടെയും സാഹിത്യത്തനിമ നഷ്ടപ്പെട്ടു പോയിട്ടുണ്ട്. നാടൻപാട്ടുകളിലൂടെ അതതു കാലത്തെ സാമൂഹിക ചലനങ്ങൾ വ്യക്തമാകുന്നുണ്ട്. പല പാട്ടുകളിലും വായ്ത്താരികളുടെയും വരികളുടെയും ആവർത്തനം കാണാം. നാടൻ പാട്ടുകളിൽ എല്ലാറ്റിലും വായ്ത്താരികൾ ഉണ്ടാകുമെന്ന തെറ്റായ ധാരണ നിലവിലുണ്ട്. തൊഴിൽ ഗാനങ്ങളിൽ മിക്കതിലും വായ്ത്താരികൾ ഉണ്ടാകാം. വായ്ത്താരികളില്ലാത്തവയും അക്കൂട്ടത്തിലുണ്ട്. അനുഷ്ഠാന ഗാനങ്ങളിൽ വായ്ത്താരികളുള്ളവ കുറവാണ്.

സാധാരണ ജനങ്ങളുടെ വികാരവിചാരങ്ങളുടെയും ആശയാഭിലാഷങ്ങളുടെയും ശക്തമായ ബഹിർസ്ഫുരണം നാടൻപാട്ടുകളിൽ കണ്ടെത്താവുന്നതാണ്. സാമൂഹിക വിമർശനം ശക്തമായി പ്രകടമാക്കുന്ന നാടൻപാട്ടുകളുമുണ്ട്.

അർത്ഥസമ്പുഷ്ടമായവയും അർത്ഥരഹിതമായവയുമായ നാടോടിപ്പാട്ടുകളുണ്ട്. കാവ്യഭംഗിയുള്ള പാട്ടുകൾ ധാരാളമുണ്ടിവയിൽ; അർത്ഥരഹിതമായവയും. ഓരോ പ്രദേശത്തെ ജനതയുടെയും വ്യത്യസ്ത ഭാഷാശൈലികളും സംസ്കാരവും, ജീവിതരീതികളും, ഓരോ വിഷയത്തിന്റെയും തനതു ശൈലിയും പാട്ടുകളിലും അവയുടെ സാഹിത്യത്തിലും ആലാപനത്തിലും കാണാം.

വർഗ്ഗീകരണം

നിയതമായ വർഗ്ഗീകരണം നാടൻപാട്ടുകളിൽ വിഷമകരമാണ്. ഒരു ഗാനം തന്നെ പല വർഗ്ഗങ്ങളിൽ പെടുത്താവുന്നതായി കാണുന്നുണ്ട്. തിരുവാതിരപ്പാട്ട് അനുഷ്ഠാന ഗാനത്തിലും, വിനോദഗാനത്തിലും ആഘോഷപ്പാട്ടിലും പെടുന്നുണ്ട്. ഇത്തരം പാട്ടുകൾ ധാരാളമുണ്ട്.

നാടോടിപ്പാട്ടുകളെ പണിപ്പാട്ടുകൾ, ആഘോഷപ്പാട്ടുകൾ, സ്തുതി ഗീതങ്ങൾ, ഗാർഹിക ഗാനങ്ങൾ, സാമുദായിക ഗാനങ്ങൾ, അനുഷ്ഠാന പ്പാട്ടുകൾ, വിനോദഗാനങ്ങൾ, കുട്ടിപ്പാട്ടുകൾ, പലവക ഗാനങ്ങൾ എന്നി ങ്ങനെ പലതായി വർഗ്ഗീകരിക്കാം. ഇവ ഓരോന്നിലും പലതരം ഗാന ങ്ങൾ ഉൾപ്പെട്ടിരിക്കുന്നു.

പണിയെടുക്കുമ്പോൾ ശാരീരിക ചലനങ്ങളുടെ താളത്തിനനുസൃ തമായി കായക്ലേശം അറിയാതിരിക്കാൻ പണിയാളർ പാടുന്ന പാട്ടുക ളാണ് പണിപ്പാട്ടുകൾ. തൊഴിൽ ഗാനങ്ങളെന്നും ഇവ അറിയപ്പെടുന്നു. ചെയ്യുന്ന തൊഴിലിന്റെ താളത്തിനു ചേർന്നവിധമായിരിക്കും ഇവ പാടു ന്നത്. കൃഷിപ്പാട്ടുകൾ ഇവയിൽ പ്രധാനപ്പെട്ടവയാണ്. കൃഷിപ്പാട്ടുകളിൽ കിളപ്പാട്ടുകൾ, വിത്തിടൽപ്പാട്ടുകൾ, വിതപ്പാട്ടുകൾ, ഉഴവുപാട്ടുകൾ, ഞാറ്റു പാട്ടുകൾ, കളപറിപ്പാട്ടുകൾ, കളിയാട്ടുപാട്ടുകൾ, തേക്കുപാട്ടുകൾ, കൊയ്ത്തുപാട്ടുകൾ, മെതിപ്പാട്ടുകൾ, പൊലിപ്പാട്ടുകൾ, പുത്തരിയൂണു പാട്ടുകൾ, കാളപ്പാട്ടുകൾ, അറനിറപ്പാട്ടുകൾ തുടങ്ങി കൃഷിയുമായി ബന്ധ മുള്ള എല്ലാ പ്രവർത്തനങ്ങൾക്കും പാട്ടുകളുണ്ട്.

കൃഷിപ്പാട്ടുകൾ കൂടാതെ നായാട്ടുപാട്ടുകൾ, ഭാരോദ്വഹനപ്പാട്ടുകൾ, വഞ്ചിപ്പാട്ടുകൾ, പാറയടിപ്പാട്ടുകൾ തുടങ്ങി മറ്റു പല പണിപ്പാട്ടുകളും നമ്മുടെ ഭാഷയിലുണ്ട്.

നമ്മുടെ ഗ്രാമങ്ങളിൽ പലേടത്തും പലതരത്തിലുള്ള ആഘോഷ

ങ്ങൾ പണ്ടു മുതൽ നടന്നുവന്നിരുന്നു; ഇന്നും നടക്കുന്നു. കേരളത്തിലുടനീളം ഒരേ കാലത്തുതന്നെ നടക്കുന്ന ആഘോഷങ്ങളും അക്കൂട്ടത്തിലുണ്ട്. ഓണം അത്തരത്തിൽ പെട്ട ഒരാഘോഷമാണ്. ഇവയിൽ ചിലത് ഇന്നും നടന്നുവരുന്നുണ്ട്. പലതും നാമാവശേഷമായി. ഒരേ ആഘോഷം തന്നെ പലേടത്തും നടക്കുന്നതിൽ വ്യത്യസ്തതകൾ കാണാനാകും. എല്ലാ മതവിഭാഗങ്ങളിൽപ്പെട്ടവരും ഇത്തരം ആഘോഷങ്ങൾ നടത്താറുണ്ട്. ഇതര മതസ്ഥർ അത്തരം ആഘോഷങ്ങളെ പ്രോത്സാഹിപ്പിക്കുകയും അവയിൽ പങ്കാളികളാകുകയും ചെയ്യാറുണ്ട്. അത്തരം കാര്യങ്ങളിൽ ജാതിയും മതവുമൊന്നും ആർക്കും തടസ്സമായിരുന്നില്ല. മികച്ച സാംസ്കാരിക മൂല്യങ്ങൾ വച്ചു പുലർത്തുന്ന മതേതരത്വ സ്വഭാവം കേരളീയരുടെ തനതു സ്വത്താണ്. അതിനു കത്തിവയ്ക്കാൻ മതത്തിന്റെ പേരിൽ ചില ഛിദ്രശക്തികൾ നടത്തുന്ന പ്രചാരണം കേരളീയർ അഗണ്യകോടിയിൽ തള്ളിക്കളയുന്നുണ്ട്. മാവേലിപ്പാട്ടുകൾ, ഊഞ്ഞാൽപ്പാട്ടുകൾ, പൂപ്പൊലിപ്പാട്ടുകൾ തുമ്പിതുള്ളൽപ്പാട്ടുകൾ, ഓണക്കളിപ്പാട്ടുകൾ എന്നിവ ഓണാഘോഷവുമായി ബന്ധപ്പെട്ട പാട്ടുകളാണ്. തിരുവാതിരപ്പാട്ട്, കൈകൊട്ടിക്കളിപ്പാട്ട്, പൂരപ്പാട്ട്, കല്യാണപ്പാട്ട്, വാതിൽതുറപ്പാട്ട്, മാർഗ്ഗംകളിപ്പാട്ട്, ഒപ്പനപ്പാട്ട്, കരോൾ ഗാനങ്ങൾ എന്നിവയും ആഘോഷപ്പാട്ടുകളിൽ പെട്ടവയാണ്.

ഈശ്വരാരാധനയുമായി ബന്ധപ്പെട്ട പാട്ടുകളാണ് സ്തുതിഗീതങ്ങൾ. ഭക്തിഗീതങ്ങൾ, തെയ്യംപാട്ട്, തോറ്റംപാട്ട്, പടയണിപ്പാട്ട്, പൂരപ്പാട്ട്, സർപ്പംപാട്ട്, ഗണപതി സ്തുതി, ഭദ്രകാളിപ്പാട്ട്, ഭഗവതിപ്പാട്ട്, ശാസ്താംപാട്ട്, കാളിയൂട്ടുപാട്ട് തുടങ്ങിയവ സ്തുതിഗീതങ്ങളാണ്. വായ്മൊഴിയായി പകർന്നു നല്കിപ്പോന്നതാണ് എല്ലാ പഴയ പാട്ടുകളും. അതിനാലാവണം ഇത്തരം പാട്ടുകൾ എഴുതി പഠിക്കാൻ പാടില്ലെന്ന വിശ്വാസം ഉറച്ചുപോയത്.

ഗൃഹവൃത്തികളുമായി ബന്ധമുള്ള പാട്ടുകൾ നമുക്കുണ്ട്. വീട്ടുജോലികളിൽ ഏർപ്പെടുന്ന സ്ത്രീപുരുഷന്മാർ ജോലികൾക്കിടയിൽ അവയുടെ താളത്തിനൊത്ത് പാടുന്നപാട്ടുകളാണ് ഗാർഹിക ഗാനങ്ങൾ. കുടുംബ ബന്ധമുള്ള പാട്ടുകളും ഇവയിലുണ്ട്. അരവുപാട്ട്, കുത്തുപാട്ട്, താരാട്ടുപാട്ട്, അമ്മായിപ്പാട്ട്, ചീരപ്പാട്ട്, തകരപ്പാട്ട്, കുമ്പളങ്ങപ്പാട്ട്, പാറ്റുപാട്ട് എന്നിവ ഈ വിഭാഗത്തിൽപ്പെട്ട പാട്ടുകളാണ്.

കേരളത്തിലെ വ്യത്യസ്ത സമുദായക്കാരുടെ തനതുപാട്ടുകൾ ധാരാളമുണ്ട്. അവയെല്ലാം ഓരോ സമുദായത്തിന്റെയും ആചാരങ്ങൾ, വിശ്വാസങ്ങൾ, തൊഴിലുകൾ എന്നിവയുമായി ബന്ധപ്പെട്ട പാട്ടുകളാണ്. പാണർപാട്ട്, പുള്ളുവൻപാട്ട്, കുറത്തിപ്പാട്ട്, വേട്ടുവൻപാട്ട്, ബ്രാഹ്മണിപ്പാട്ട്, പുലയൻപാട്ട്, കാണിപ്പാട്ട് തുടങ്ങിയവ സാമുദായിക ഗാനങ്ങളാണ്.

ഈശ്വരാരാധനയുമായും ക്ഷേത്രാചാരങ്ങളുമായും മതപരമായ വിശ്വാസങ്ങളുമായും ബന്ധപ്പെട്ട നിരവധി അനുഷ്ഠാനങ്ങൾ എല്ലാ മത

ങ്ങളുമായും ബന്ധപ്പെട്ട് നമുക്കുണ്ട്. ഈ അനുഷ്ഠാനങ്ങളിലെ വിവിധ കർമ്മങ്ങളുമായി ബന്ധപ്പെട്ടും പാട്ടുകൾ കാണാം. ഇവയാണ് അനുഷ്ഠാനപ്പാട്ടുകൾ. മുടിയേറ്റ്, തീയാട്ട്, തോറ്റം, തെയ്യം, തിറ, പൂരക്കളി, കുത്തിയോട്ടം, മന്ത്രവാദം, ബലി, ഉച്ചാടനം തുടങ്ങിയവയുടെ ഭാഗമായി അനുഷ്ഠാനഗാനങ്ങളുണ്ട്.

മലയാളികൾ വിശ്രമവേളകളിൽ പലതരത്തിലുള്ള വിനോദങ്ങളിൽ ഏർപ്പെട്ടിരുന്നു. ആഘോഷങ്ങളോടനുബന്ധമായും വിനോദപരിപാടികൾ നടത്തിയിരുന്നു. അത്തരം വിനോദങ്ങളിൽ പാട്ടുകളുമുണ്ടായിരുന്നു. അവയാണ് വിനോദഗാനങ്ങൾ. കോൽക്കളിപ്പാട്ട്, ദഫ്മുട്ടുപാട്ട്, വട്ടപ്പാട്ട്, മാർഗ്ഗംകളിപ്പാട്ട്, കൈകൊട്ടിക്കളിപ്പാട്ട്, തിരുവാതിരപ്പാട്ട്, പരിചമുട്ടുകളിപ്പാട്ട്, അറബനപ്പാട്ട്, വഞ്ചിപ്പാട്ട് എന്നിവ വിനോദഗാനങ്ങളിൽപ്പെടുന്നു.

കുട്ടികൾക്ക് താളബോധമുണ്ടാക്കാനും, നാവുവഴക്കം പഠിപ്പിക്കാനും, അക്ഷരബോധം വരുത്താനും, മാനവികതകൾ പഠിപ്പിക്കാനുമുതകുന്ന നിരവധി പാട്ടുകൾ നമ്മുടെ നാടൻപാട്ടുകളിലുണ്ട്. താളപ്പാട്ട്, അക്ഷരപ്പാട്ട്, നാവു വഴങ്ങൽപ്പാട്ട്, തപ്പാണിപ്പാട്ട്, താരാട്ടുപാട്ട്, ഗുണപാഠപ്പാട്ട്, നുണപ്പാട്ട് തുടങ്ങിയവയെ കുട്ടിപ്പാട്ടുകൾ എന്ന വിഭാഗമായി കണക്കാക്കാവുന്നതാണ്.

മേൽവിവരിച്ചവ കൂടാതെ പ്രേമഗാനങ്ങൾ, തമാശപ്പാട്ടുകൾ, ചിരിപ്പാട്ടുകൾ, തെറിപ്പാട്ടുകൾ, വിജ്ഞാനപ്പാട്ടുകൾ തുടങ്ങി പലതരം പാട്ടുകളെ പലവക ഗാനങ്ങൾ എന്ന വിഭാഗത്തിൽ പെടുത്തിയിരിക്കുന്നു.

പലതരം നാടോടിപ്പാട്ടുകൾ നമുക്കുണ്ടെങ്കിലും അവയെ വ്യാഖ്യാനിക്കാനോ, അവയുടെ അർത്ഥതലങ്ങൾ കണ്ടെത്താനോ ഭാഷാവൈചിത്ര്യങ്ങൾ പരിശോധിക്കാനോ അവയിലെ വർഗ്ഗവീക്ഷണമെന്തെന്നു വിലയിരുത്താനോ ഉള്ള പരിശ്രമം നടന്നുകാണുന്നില്ല. ഈ ഗ്രന്ഥം ലക്ഷ്യമിടുന്നത് നമ്മുടെ നാടൻപാട്ടുകളിൽ ഒളിഞ്ഞും തെളിഞ്ഞും കാണുന്ന വർഗ്ഗപരമായ കാഴ്ചപ്പാട് എന്താണെന്നാണ്?

വർഗ്ഗപരമായ നിരീക്ഷണം

ജന്മി-കുടിയാൻ സമ്പ്രദായം ശക്തിപ്രാപിച്ചിരുന്ന കാലം. ഭൂപ്രഭുക്കന്മാർ അടിമകളെപ്പോലെ തൊഴിലെടുക്കുന്നവനോട് പെരുമാറിയിരുന്ന കാലം. ജന്മിമാരുടെയും മുതലാളിമാരുടെയും അടിമകളായി ചെറ്റക്കുടിലുകളിൽ താമസിപ്പിച്ചിരുന്ന പണിയാളർക്ക് മേലാളന്മാർ ഒരു സ്വാതന്ത്ര്യവും നല്കിയിരുന്നില്ല. ജന്മിത്തത്തിന്റെ എല്ലാ തീരുമാനങ്ങളും അംഗീകരിച്ച്, അവരുടെ എല്ലാത്തരം ക്രൂരമായ ചെയ്തികളും സഹിച്ച് ജന്മിവർഗ്ഗത്തിനുവേണ്ടി കടുംതൊഴിൽ ചെയ്യാൻ വിധിക്കപ്പെട്ടവരെന്ന് ജന്മിമാർ കല്പിച്ചിരുന്ന ദളിതവിഭാഗത്തിൽ പെട്ടവർ ജന്മിത്തത്തിന്റെ ചാവേറുകളായിരുന്നു. അനുസരിക്കുക എന്നതല്ലാതെ പ്രതികരിക്കുക എന്നത് സ്വപ്നം കാണാൻപോലും അവകാശമില്ലാതിരുന്ന തൊഴിലാളി സമൂഹം ഭരണവർഗ്ഗത്തിന്റെയും പൗരോഹിത്യത്തിന്റെയും പിന്തുണയോടെ മേലാളന്മാരുടെ ധാർഷ്ട്യം ദളിതരുടെ മേൽ അടിച്ചേല്പിക്കാൻ ഏതു ക്രൂരതയും കാട്ടാനറയ്ക്കാത്ത ജന്മിവർഗ്ഗം. എതിർശബ്ദം ഒരു മൂളലിൽപോലും പ്രകടമാക്കാൻ ഭയന്നിരുന്ന ദളിത തൊഴിലാളി വർഗ്ഗം, തങ്ങളുടെ ഉള്ളിലെ അമർഷം പ്രകടമാക്കാൻ പാട്ടുകൾ പാടി. ആ പാട്ടുകൾക്ക് ജന്മിത്തത്തോട് നേരിട്ട് പ്രതിഷേധമില്ല. കഥകളിലൂടെയും അന്യവല്ക്കരണത്തിലൂടെയും തൊഴിലാളികൾ ജന്മിത്തത്തിന്റെ കാട്ടാളത്തെ എതിർക്കാനാണ് പാട്ടുകൾ പാടിയത്. ആ പാട്ടുകൾക്ക് ജന്മിത്തത്തിന്റെയും സമ്പന്നവർഗ്ഗത്തിന്റെയും ചെയ്തികളുമായി പ്രത്യക്ഷത്തിൽ ബന്ധമില്ല. മറിച്ച് അവ സമ്പന്നന്റെ ദുഷ്ചെയ്തികളെ ശക്തിയായി വിമർശിക്കുന്നവയായിരുന്നു.

ഇതാ ഈ കുട്ടിപ്പാട്ടു നോക്കുക:

1. കിയോ കിയോ

ചക്കിപ്പരുന്തേ
    കീയോ കീയോ
നീയെന്റെ മക്കളെ
    കീയോ കീയോ
നേരം വെളുക്കട്ടെ
    കീയോ കീയോ
ഞാൻ നിന്റെ മക്കളെ
    കീയോ കീയോ

ഈ കഥയിലെ കഥാപാത്രങ്ങൾ തള്ളക്കോഴിയും കുഞ്ഞുങ്ങളും ചക്കിപ്പരുന്തുമാണ്. കുഞ്ഞുങ്ങളെ ഭക്ഷണം ചികഞ്ഞുകൊടുത്ത്, തീറ്റുന്ന തള്ളക്കോഴി, ആകാശത്തിൽനിന്ന് താഴേക്കു നോക്കി ഇരകളെ തിരഞ്ഞു കൊണ്ട് വട്ടമിട്ടു പറക്കുന്ന ചക്കിപ്പരുന്തിനെക്കണ്ടു. അമർഷം ഉള്ളിലൊതുക്കി വേദനയോടെ തന്റെ മക്കളെ ഉപദ്രവിക്കരുതേയെന്ന തള്ളക്കോഴിയുടെ യാചനയാണ് ആദ്യത്തെ രണ്ടുവരിയിൽ കാണുന്നത്.

ജനനന്മയ്ക്കുവേണ്ടി സദാസമയവും അദ്ധ്വാനിക്കുന്ന അവശനും ദരിദ്രനുമായ കർഷകൻ, തന്റെ മക്കളെ പീഡിപ്പിക്കാനുള്ള ധാർഷ്ട്യവുമായെത്തുന്ന ജന്മിയോട് കേണപേക്ഷിക്കുന്നതാണ് ഈ വരികളിലൂടെ ധ്വനിക്കുന്നത്.

അതിനുള്ള, ജന്മിയുടെ അഹങ്കാരത്തോടെയുള്ള മറുപടി കേൾക്കുക: “നേരം വെളുക്കട്ടെ കീയോ കീയോ ഞാൻ നിന്റെ മക്കളെ കീയോ കീയോ”

ഇവിടെ അടിയാന്റെ പെൺമക്കളുടെ ശരീരം തങ്ങൾക്കവകാശപ്പെട്ടതാണെന്ന് ജന്മി ഭംഗ്യന്തരേണ സൂചിപ്പിക്കുന്നതാണ് കാണാനാവുന്നത്.

കുടിയാനും ജന്മിയും തമ്മിലുള്ള ഭാഷണത്തിന്റെ ശൈലിയിലാണ് ഈ പാട്ട്. തള്ളക്കോഴി അടിയാന്റെയും, ചക്കിപ്പരുന്ത് ജന്മിയുടെയും പ്രതീകങ്ങളാണ്. അടിസ്ഥാന വർഗ്ഗമായ കർഷകത്തൊഴിലാളികളുടെയും അവന്റെ മേൽ തങ്ങൾക്കുള്ള അധികാരം സ്ഥാപിക്കുന്ന ജന്മിയുടെയും വർഗ്ഗപരമായ കാഴ്ചപ്പാട് നാലു വരിയുള്ള പ്രതീകാത്മക ഗാനത്തിലൂടെ അവതരിപ്പിക്കുകയാണ് ഏതോ അജ്ഞാതനായ പാട്ടുകാരൻ. ആ പാട്ട് ഏതു കാലഘട്ടത്തിനും ചേരുന്നതാണ്. ലോകമേധാവിത്വത്തിനു വേണ്ടി ഒളിഞ്ഞും തെളിഞ്ഞും പ്രവർത്തിക്കുന്ന സമ്പന്ന മുതലാളിത്ത രാഷ്ട്രങ്ങൾ ദരിദ്രവികസ്വര രാജ്യങ്ങളോടു കാണിക്കുന്ന വർഗ്ഗപരമായ സമീപനത്തെ പരുന്തിലൂടെയും തള്ളക്കോഴിയിലൂടെയും പ്രതീകാത്മകമായി അവതരിപ്പിക്കുകയാണിവിടെ, ഈ പാട്ടിലൂടെ.

2. കാലേലെന്ത്?

കാക്കേ കാക്കേ- നിന്റെ
കാലേലെന്ത്?
വെട്ടൂരെത്തമ്പുരാൻ

വെട്ടൂട്ട്
നാഴിയെണ്ണയും തന്നൂട്ട്
നളേം ചെല്ലാൻ പറഞ്ഞൂട്ട്
കാക്കേ കാക്കേ..

ഇത് ഒരു പ്രതീകാത്മക നാടോടിപ്പാട്ടായി കണക്കാക്കാവുന്നതാണ്. വെട്ടൂർ എന്ന ദേശത്തിലെ തമ്പുരാനും ഒരു കാക്കയുമാണ് ഈ പാട്ടിലെ കഥാപാത്രങ്ങൾ. തമ്പുരാൻ ഉന്നതകുലജാതനും സമ്പന്നനുമാണ്. ക്ഷത്രിയകുലജാതനായതിനാൽ അധികാരം കൈയാളുന്നവനുമാണ്. കാക്ക ദളിത വിഭാഗത്തിൽപ്പെട്ടവനും തൊഴിലാളിവർഗ്ഗ പ്രതിനിധിയുമാണ്. വെയിലേറ്റു തൊഴിലെടുക്കുന്നവന്റെ നിറം കറുപ്പാണല്ലോ. കാക്കയുടേതുപോലെ. മാത്രവുമല്ല തൊഴിലാളിവർഗ്ഗത്തെപ്പോലെ തന്നെ ശത്രുവിനെ സംഘബലം കൊണ്ട് നേരിടുന്നവനുമാണല്ലോ കാക്ക. തൊഴിലാളിവർഗ്ഗത്തിന്റെ ഐക്യവും, സംഘബോധവും ഉള്ളതാണല്ലോ കാക്ക.

കാക്കയുടെ കാലിലുള്ള മുറിവിനെപ്പറ്റിയുള്ള അന്വേഷണമാണ് ആദ്യവരി. "കാക്കേ കാക്കേ നിന്റെ കാലേലെന്ത്?" അതിന് കാക്ക നല്കുന്ന മറുപടിയാണ് തുടർന്നുള്ള വരികൾ.

വെട്ടൂരെത്തമ്പുരാൻ വെട്ടിയെന്നും, നാഴിയെണ്ണയും ഒരു മുറിത്തേങ്ങയും നല്കിയെന്നും നാളെയും വരണമെന്നു പറഞ്ഞെന്നുമാണ് കാക്ക പറയുന്നത്. ഈ മറുപടിയിലൂടെ ധ്വനിക്കുന്നത് തമ്പുരാന്റെ വർഗ്ഗസ്വഭാവമാണ്. ദളിതനെ ആക്രമിച്ചു നശിപ്പിക്കാൻ ശ്രമിക്കുന്ന അധികാരി വർഗ്ഗത്തിന്റെയും പൗരോഹിത്യത്തിന്റെയും വർഗ്ഗസ്വഭാവമാണ്,

"വെട്ടൂരെത്തമ്പുരാൻ വെട്ടൂട്ട്"

എന്ന വരിയിൽ പ്രകടമാകുന്നത്. ഇന്നും ഉത്തരേന്ത്യയിൽ ഭരണവർഗ്ഗവും പൗരോഹിത്യവും മതമേധാവിത്വവും ചേർന്നു നടത്തുന്ന ദളിത് പീഡനവും ഈ പാട്ടും തമ്മിൽ ഏറെ ബന്ധമുണ്ടെന്ന് തിരിച്ചറിയാൻ നമുക്കു കഴിയണം.

"നാഴിയെണ്ണയും ഒരു മുറിത്തേങ്ങയും" നല്കി തമ്പുരാൻ ചെയ്ത തെറ്റിന് പ്രതിവിധി ചെയ്തുവെന്ന് വരുത്തിത്തീർക്കുന്നു. ഇതും സമ്പന്ന വർഗ്ഗത്തിന്റെ തന്ത്രമാണ്. സഹായിച്ചു വശത്താക്കുക. അമേരിക്കൻ സാമ്രാജ്യത്വം ദുർബ്ബല രാഷ്ട്രങ്ങളോടു കാണിക്കുന്ന സമീപനം. സ്നേഹിച്ചു നശിപ്പിക്കുക എന്ന മുതലാളിത്ത തന്ത്രമാണ് വെട്ടൂരെ തമ്പുരാൻ ഇവിടെ പ്രയോഗിച്ചത്.

സഹായങ്ങൾ നല്കിയശേഷം "നാളെയും വരണേ" എന്ന തമ്പുരാന്റെ അഭ്യർത്ഥനയിലുമുണ്ട് ഭരണാധികാരിയുടെ തന്ത്രം. അവശതയിലായ ശത്രുവിനെ സ്നേഹഭാവം നടിച്ച് അടുത്തുവരുത്തി, എന്നെന്നേക്കുമായി അവസാനിപ്പിക്കുക എന്നതാണ് ആ തന്ത്രം.

നോക്കുക: വളരെ നിസ്സാരമായി പാടിക്കളയുന്ന ഈ പാട്ടിൽ പോലും അദ്ധ്വാനിക്കുന്ന വർഗ്ഗത്തിന്റെയും അധികാരിവർഗ്ഗത്തിന്റെയും വർഗ്ഗസ്വ

ഭാവം ഒളിഞ്ഞിരിപ്പുണ്ടെന്ന വസ്തുത നാം തിരിച്ചറിയേണ്ടതാണ്.

3. "കൊക്കൊടിഞ്ഞേ"

കൊച്ചുകുഞ്ഞിന്റച്ഛനൊരു
കച്ചവാങ്ങാൻ പോയി
തങ്കശ്ശേരി തോട്ടിൽ വച്ചു
തോണി മുങ്ങിപ്പോയി
കണ്ടിരുന്ന ചെമ്പരുന്ത്
റാഞ്ചിക്കൊണ്ടു പോയി
തെക്കുതെക്കു തൈമടലിൽ
കൊണ്ടുവച്ചു തിന്നു
കൊത്തിക്കൊത്തി തിന്നനേരം
കൊക്കൊടിഞ്ഞു പോയി
കൊത്തിക്കൊത്തി തിന്നനേരം
കൊക്കൊടിഞ്ഞു പോയി

വളരെ പ്രസിദ്ധമായ ഈ പാട്ടിലെ കഥാപാത്രങ്ങൾ കുഞ്ഞിന്റെ അച്ഛനും ചെമ്പരുന്തുമാണ്. കുഞ്ഞിന്റെ അച്ഛൻ വേദനിക്കുന്നവന്റെ അഥവാ അടിച്ചമർത്തപ്പെടുന്നവന്റെ പ്രതീകവും ചെമ്പരുന്ത് അടിച്ച മർത്തുന്നവന്റെ അഥവാ ആക്രമണകാരിയുടെ പ്രതീകവുമാണ്. രണ്ടും രണ്ടു വർഗ്ഗത്തെ പ്രതിനിധാനം ചെയ്യുന്നു.

തോണി മുങ്ങി വെള്ളത്തിലാണ്ട ദുഃഖിതനായ അച്ഛനെ ആക്രമണ കാരിയായ ചെമ്പരുന്ത് റാഞ്ചിക്കൊണ്ടു പോകുന്നു. ദുഃഖിതനായ ഒരു വനെ - അപകടത്തിൽപ്പെട്ട് ദുരിതമനുഭവിക്കുന്ന ഒരുവനെ - രക്ഷപ്പെ ടുത്താതെ ആക്രമണകാരിയായ ചെമ്പരുന്ത് അധികാരത്തിന്റെ വർഗ്ഗ സ്വഭാവമാണു കാണിക്കുന്നത്. ക്രൂരതയുടെ പര്യായമായ ചെമ്പരുന്ത് ദുരിതത്തിലാഴ്ന്നവനെ നശിപ്പിക്കാൻ ശ്രമിക്കുന്നു. കുഞ്ഞിന്റെ അച്ഛനെ കൊത്തിത്തിന്ന ചെമ്പരുന്തിന്റെ കൊക്ക് - ചുണ്ട് - ഒടിഞ്ഞു പോയി. വർഗ്ഗാധിപത്യം സ്ഥാപിക്കാൻ ശ്രമിക്കുന്നവൻ നാശത്തിലേക്ക് നിപതി ക്കുന്നു. പാവപ്പെട്ടവനെ നശിപ്പിക്കാൻ ശ്രമിച്ചാൽ സ്വയം നാശത്തിൽ പതിക്കുമെന്ന പാഠം സമ്പന്നവർഗ്ഗത്തിനൊരു താക്കീതാണ്.

4. കൊടിപിടിക്കാമെടീ

രാരിക്കം രാരാരോ
രേരിക്കം രേരേരോ
രാരിക്കം രാരാരോ
രേരിക്കം രേരേരോ

-രാരിക്കം-

മാമ്പറപ്പാടത്തേ- നമ്മക്ക്
പുഞ്ചേക്കാവലൊണ്ടേ

വല്യമ്മാമൻ പറഞ്ഞേ - നമ്മള്
കൊയ്യാൻ ചെല്ലാനേ

-രാരിക്കം

മയപെയ്യുമ്പോയേ - നമ്മട
കുഞ്ഞുങ്ങളെങ്ങനാടീ
ഇടിവെട്ടുമ്പോയേ - നമ്മട
കുഞ്ഞുങ്ങളെങ്ങനാടീ

-രാരിക്കം-

മയപെയ്യുമ്പോയേ - നമ്മക്ക്
പുട്ടില് ചൂടാമെടീ
ഇടിവെട്ടുമ്പോയേ - നമ്മക്ക്
പടിയടയ്ക്കാമെടീ

-രാരിക്കം-

പടിയടച്ചാലോ - നമ്മട
കുഞ്ഞുങ്ങളെങ്ങനാടീ
കുടിയൊഴിച്ചാലോ - നമ്മട
കുഞ്ഞുങ്ങളെങ്ങനാടീ.

-രാരിക്കം-

പടിയടച്ചാലോ - നമ്മക്ക്
പടേണി ചേരാലോ
കുടിയൊഴിച്ചാലോ - നമ്മക്ക്
കൊടിപിടിക്കാലോ.

-രാരിക്കം-

കർഷകത്തൊഴിലാളി സ്ത്രീകൾ കഥാപാത്രങ്ങളായുള്ളതാണ് ഈ പാട്ട്. ജന്മിയുടെ ഭൂമിയിൽ കുടികിടക്കുന്ന കർഷകത്തൊഴിലാളികൾ, തൊഴിലാളി മൂപ്പന്റെ കീഴിൽ ജന്മിയുടെ പാടങ്ങളിൽ കൃഷിപ്പണിയിലേർപ്പെട്ട്, ജന്മി നല്കുന്ന നാമമാത്രമായ കൂലികൊണ്ടാണ് ഉപജീവനം നടത്തിയിരുന്നത്. ആ കർഷകത്തൊഴിലാളിവർഗ്ഗം കേരളചരിത്രത്തിലെ നിർണ്ണായകമായ ഘടകമാണ്. സമൂഹം പാടേ അവഗണിച്ചിരുന്ന കർഷകതൊഴിലാളികളെ അദ്ധ്വാനത്തിന്റെ മഹത്വമെന്തെന്ന് ബോധവല്ക്കരണം നടത്തിയതും അവരിൽ സംഘബോധം വളർത്തിയതും ആയിരത്തിത്തൊള്ളായിരത്തി മുപ്പതുകളുടെ അവസാന വർഷങ്ങളിൽ കേരളത്തിൽ രൂപം കൊണ്ട കമ്യൂണിസ്റ്റ് പ്രസ്ഥാനമാണ്. തൊഴിലെടുക്കുന്നവന്റെ യാതനകളുടെയും വേദനകളുടെയും അടിസ്ഥാന കാരണമെന്താണെന്നും അദ്ധ്വാനത്തിന്റെയും കൂട്ടായ്മയുടെയും ശക്തി എന്താണെന്നും തൊഴിലാളികളെ പഠിപ്പിച്ചതും അവരെ സംഘടിപ്പിച്ചതും കമ്യൂണിസ്റ്റുകാരാണ്.

ഈ പാട്ടിലെ മഴയും ഇടിയും ജന്മിത്തത്തിന്റെ പ്രതീകങ്ങളായി അനുമാനിക്കാവുന്നതാണ്. മഴ പെയ്യുമ്പോൾ പുട്ടില് ചൂടാമെന്നും ഇടിവെട്ടുമ്പോൾ പടിയടയ്ക്കാമെന്നുമുള്ള കർഷകത്തൊഴിലാളികളുടെ ചിന്ത

ജന്മിത്തത്തിന്റെ ചെറിയ കുതന്ത്രങ്ങളെ ചെറുക്കാനുള്ള സംഘടിത ശക്തിയുടെ തന്ത്രങ്ങളായി കരുതാവുന്നതാണ്.

പടിയടയ്ക്കലെന്നത് കുടികിടപ്പുകാർക്കെതിരായി ജന്മിമാർ പതിവായി ചെയ്യുന്ന ചെയ്തികളാണ്. കുടിയൊഴിപ്പിക്കൽ ജന്മിമാർ സ്ഥിരമായി ചെയ്തിരുന്ന നീചവൃത്തിയുമാണ്.

മേൽസൂചിപ്പിച്ച പടിയടയ്ക്കലും കുടിയൊഴിപ്പിക്കലും ജന്മിത്തത്തിന്റെ വർഗ്ഗസ്വഭാവമാണെന്ന് കമ്യൂണിസ്റ്റ് പ്രസ്ഥാനത്തിന്റെ പ്രവർത്തനങ്ങളിലൂടെ കർഷകത്തൊഴിലാളിവർഗ്ഗം തിരിച്ചറിഞ്ഞിരുന്നു. അതുകൊണ്ടാണ് ജന്മിത്തത്തിന്റെ കാട്ടാളത്തത്തെ ചെറുക്കാൻ പടയണി ചേരാമെന്നും കൊടിപിടിക്കാമെന്നും തൊഴിലാളികൾ പാടുന്നത്. തങ്ങളുടെ മേൽ ജന്മിത്തവും സമ്പന്നവർഗ്ഗവും അടിച്ചേല്പിക്കുന്ന അക്രമങ്ങൾക്കും അനീതികൾക്കും എതിരെ സംഘം ചേരാനും സമരം ചെയ്യാനുമുള്ള തൊഴിലാളിവർഗ്ഗ സിദ്ധാന്തം കമ്യൂണിസ്റ്റ് പ്രസ്ഥാനങ്ങളിലൂടെയും നവോത്ഥാന പ്രസ്ഥാനങ്ങളിലൂടെയും തിരിച്ചറിഞ്ഞിരിക്കുന്ന അദ്ധ്വാനിക്കുന്ന വർഗ്ഗം പടയണി ചേരാമെന്നും കൊടിപിടിക്കാമെന്നും പറയുന്നതിൽ അത്ഭുതപ്പെടാനില്ല. തൊഴിലാളിയുടെ വർഗ്ഗബോധമാണ് അവരെയതിനു പ്രാപ്തരാക്കിയത്.

5. പാറയ്ക്കിട്ടടി

പാറയ്ക്കിട്ടടി പാറയ്ക്കിട്ടടി
ഏലേലയ്യാ ഏലേലം
ഞെട്ടട്ട്പ്പാറ പൊട്ടട്ട് പാറ
പൊളിയട്ട് പാറ ഏലേലം

-പാറയ്ക്കിട്ടടി-

തീ പറക്കട്ട് പാറപൊട്ടട്ട്
തണ്ണികാണട്ട് ഏലേലം
തണ്ണികോരീട്ട് കുഞ്ഞീം മക്കളും
കഞ്ഞിവയ്ക്കട്ട് ഏലേലം

-പാറയ്ക്കിട്ടടി-

കഞ്ഞി കുടിച്ചിട്ട് കുഞ്ഞീം മക്കളും
പയ്യകറ്റട്ട് ഏലേലം
പയ്യകറ്റീട്ട് കുഞ്ഞീം മക്കളും
പാട്ടു പാടട്ട് ഏലേലം
പാട്ടുപാടീട്ട് കുഞ്ഞീം മക്കളും
പെറ്റുകൂട്ടട്ട് ഏലേലം

-പാറയ്ക്കിട്ടടി-

പാറപൊട്ടിക്കുന്ന തൊഴിലാളികൾ ശാരീരികാദ്ധ്വാനത്തിന്റെ കാഠിന്യം അറിയാതിരിക്കാൻ തൊഴിൽ ചെയ്യുന്നതോടൊപ്പം അതേ താളത്തിൽ പാടുന്ന പാട്ടാണിത്. തൊഴിലാളിവർഗ്ഗത്തിന്റെ സംസ്കാരം എന്തെന്ന് ഈ പാട്ട് സൂചന നല്കുന്നു. പാറപൊട്ടിച്ചു കിട്ടുന്ന ജലം

കൊണ്ട് കുഞ്ഞിയും മക്കളും കഞ്ഞിവച്ച് കുടിച്ച് വിശപ്പുമാറ്റി ആർത്തുല്ലസിക്കട്ടെയെന്ന കാഴ്ചപ്പാട് തൊഴിലാളി വർഗ്ഗത്തിന്റെ തനതാണ്. തങ്ങളുടെ അദ്ധ്വാനത്തിന്റെ ഫലം അനുഭവിക്കേണ്ടത് തങ്ങൾ മാത്രമല്ലെന്നും സമൂഹം ഒന്നാകെയാണെന്നുമുള്ള വിശാലമായ വീക്ഷണം തൊഴിലാളിവർഗ്ഗത്തിനു മാത്രം അവകാശപ്പെട്ടതാണ്. മാനവികതകൾക്ക് മറ്റെന്തിനേക്കാളും വിലയുണ്ടെന്ന ധാർമ്മികബോധം തൊഴിലാളി വർഗ്ഗത്തിന്റെ സ്വത്വമാണ്.

6. നെയ്യപ്പം ചുട്ടേ

അയ്യപ്പന്റമ്മ നെയ്യപ്പം ചുട്ടേ
ഹൊയ്യര ഹൊയ്യ
ഹൊയ് ഹൊയ്
കാക്ക കൊത്തിക്കടപ്പൊറത്തിട്ടേ
ഹൊയ്യാര ഹൊയ്യ
ഹൊയ് ഹൊയ്
തട്ടാപ്പിള്ളേരു തട്ടിയെടുത്തേ
ഹൊയ്യാര ഹൊയ്യാ... ാ.....
തട്ടിയെടുത്തപ്പം കടലിൽ വീണേ
ഹൊയ്യാര ഹൊയ്യ
ഹൊയ് ഹൊയ്
(ഹൊയ്യര ഹൊയ്യ)

മുക്കുവപ്പിള്ളേരു മുങ്ങിയെടുത്തേ
ഹൊയ്യര ഹൊയ്യ ഹൊയ് ഹൊയ്
മുങ്ങിയെടുത്തപ്പം മുത്തായിത്തീർന്നേ
ഹൊയ്യര ഹൊയ്യ ഹൊയ് ഹൊയ്
(ഹൊയ്യാര ഹൊയ്യ...)

മുത്തുകൊണ്ടേയവർ കൊട്ടാരം
തീർത്തേ
ഹൊയ്യര ഹൊയ്യാ...ാ.....ാ...
കൊട്ടാരക്കെട്ടിൽ സുകമായി വാണേ
ഹൊയ്യര ഹൊയ്യ ഹൊയ് ഹൊയ്
(ഹൊയ്യര ഹൊയ്യ...)

കർഷകത്തൊഴിലാളികൾ പുലരുന്നതുമുതൽ അന്തിയാകുന്നതുവരെ പാടത്ത് കഠിനാദ്ധ്വാനം ചെയ്തുണ്ടാക്കുന്ന നെല്ല് പത്തായത്തിലാക്കുന്നതുവരെ ജന്മി, തൊഴിലാളികൾക്ക് വിശ്രമം അനുവദിക്കാറില്ല, ശരിയായ കൂലിയും കൊടുക്കാറില്ല. 'പിടിത്താളു' (കൊയ്യുമ്പോൾ കൊഴിയുന്ന കതിർക്കുലകൾ) പോലും തൊഴിലാളികൾക്ക് അവകാശപ്പെട്ടതല്ല. കർഷകത്തൊഴിലാളികളുടെ അദ്ധ്വാനഫലം മുഴുവൻ ജന്മി തട്ടിയെടുക്കുന്നു. തങ്ങളുടെ അദ്ധ്വാനത്തിന്റെ ഫലം മുഴുവൻ തട്ടിയെടുക്കുന്ന ജന്മിയോട് നേരിട്ടു പ്രതികരിക്കാൻ തൊഴിലാളികൾ ശക്തരായിരുന്നില്ല.

ന്യായമായ കൂലി ചോദിച്ച തൊഴിലാളികളിൽ പലരുടെയും ശരീരം നെല്ലിനു വളമായിത്തീർന്നു. ജീവനിൽ കൊതിയുള്ള തൊഴിലാളികൾ ജന്മിമാരോട് നേരിട്ട് പ്രതികരിക്കാൻ ഭയന്നു.

ഈ സാഹചര്യത്തിൽ അമ്മ ചുട്ട നെയ്യപ്പം കാക്ക തട്ടിയെടുത്ത കഥയിലൂടെ പരോക്ഷമായി ജന്മിത്തത്തിനെതിരെ ശക്തമായി പ്രതികരിക്കുന്ന തൊഴിലാളിവർഗ്ഗത്തിന്റെ പാട്ടാണിത്.

അമ്മ ചുട്ട നെയ്യപ്പം കാക്ക തട്ടിയെടുത്തു. പക്ഷേ, അതു സ്വന്തമാക്കാനായില്ല. കടൽപ്പുറത്തു വീണുപോയി. അവിടെനിന്ന് തട്ടാപ്പിള്ളേർ നെയ്യപ്പം തട്ടിയെടുത്തെങ്കിലും അതു കടലിൽ വീണുപോയി.

അമ്മയുടെ അദ്ധ്വാനഫലമായ നെയ്യപ്പം തട്ടിയെടുത്ത കാക്കയ്ക്കും തട്ടാപ്പിള്ളേർക്കും അത് നഷ്ടമായി. അന്യന്റെ അദ്ധ്വാനഫലം തട്ടിപ്പറിച്ചാൽ അത് അവർക്ക് നഷ്ടമാകുമെന്ന്, തങ്ങളുടെ അദ്ധ്വാനഫലം തട്ടിയെടുക്കുന്ന ജന്മികളെ ആ പാട്ടിലൂടെ കർഷകത്തൊഴിലാളികൾ പ്രതിരൂപാത്മകമായി ഓർമ്മപ്പെടുത്തുകയാണ്.

കടലിൽ വീണുപോയ നെയ്യപ്പം മുക്കുവക്കുട്ടികൾ മുങ്ങിയെടുത്തപ്പോൾ അതു മുത്തായിത്തീർന്നെന്നും, അതുകൊണ്ട് അവർ കൊട്ടാരം തീർത്ത് അതിൽ സുഖമായി വാണെന്നുമാണ് പാട്ട്.

മുക്കുവക്കുട്ടികൾ, കടലിൽ വീണ നെയ്യപ്പം കൈക്കലാക്കിയത് അദ്ധ്വാനിച്ചാണ്. അദ്ധ്വാനിച്ചുണ്ടാക്കുന്ന മുതലിന് മഹത്വം കൂടുമെന്ന സന്ദേശമാണ് നെയ്യപ്പം മുത്തായി എന്ന സൂചനയിലുള്ളത്. അദ്ധ്വാനത്തിന്റെയും അതിന്റെ മികവിന്റെയും പ്രാധാന്യവും അതിന്റെ ഫലത്തിന്റെ മഹത്വവും പ്രകീർത്തിക്കുന്നതാണ് ഈ പാട്ടിന്റെ അവസാന ഭാഗം.

അന്യന്റെ മുതൽ അപഹരിക്കുന്ന ജന്മിത്തത്തെ അപഹസിക്കുന്നതും അദ്ധ്വാനത്തിന്റെ മഹത്ത്വം പ്രകീർത്തിക്കുന്നതുമായ ഈ പാട്ട് പ്രതീകാത്മകമായി വർഗ്ഗസ്വഭാവം പ്രകടമാക്കുന്നതാണ്.

7. നമ്മെ നമ്പി നാടിരുക്ക്

തില്ലേലേ ലേലമച്ചാ
    തില്ലേലേ ലേലോ
തില്ലേലേ ലേലമച്ചാ
    തില്ലേലേ ലേലോ
മണ്ണേ നമ്പി മരമിരുക്ക്
    തില്ലേലേ ലേലോ
തില്ലേലേ ലേലമച്ചാ
    തില്ലേലേ ലേലോ
മരത്തെ നമ്പി കൊമ്പിരുക്ക്
    തില്ലേലേ ലേലോ
തില്ലേലേ ലേലമച്ചാ
    തില്ലേലേ ലേലോ

കൊമ്പേ നമ്പി ഇലയിരുക്ക്
തില്ലേലേ ലേലോ
തില്ലേലേ ലേലമച്ചാ
തില്ലേലേ ലേലോ
ഇലയെ നമ്പി പൂവിരുക്ക്
തില്ലേലേ ലേലോ
തില്ലേലേ ലേലമച്ചാ
തില്ലേലേ ലേലോ
പൂവേ നമ്പി കായിരുക്ക്
തില്ലേലേ ലേലോ
തില്ലേലേ ലേലമച്ചാ
തില്ലേലേ ലേലോ
കായേനമ്പി പഴമിരുക്ക്
തില്ലേലേ ലേലോ
തില്ലേലേ ലേലമച്ചാ
തില്ലേലേ ലേലോ
പഴത്തെ നമ്പി കിളിയിരുക്ക്
തില്ലേലേ ലേലോ
തില്ലേലേ ലേലമച്ചാ
തില്ലേലേ ലേലോ
കിളിയെ നമ്പി മരമിരുക്ക്
തില്ലേലേ ലേലോ
തില്ലേലേ ലേലമച്ചാ
തില്ലേലേ ലേലോ
മരത്തെ നമ്പി മണ്ണിരുക്ക്
തില്ലേലേ ലേലോ
തില്ലേലേ ലേലമച്ചാ
തില്ലേലേ ലേലോ
മണ്ണെ നമ്പി നാമിരുക്ക്
തില്ലേലേ ലേലോ
തില്ലേലേ ലേലമച്ചാ
തില്ലേലേ ലേലോ
നമ്മെ നമ്പി നാടിരുക്ക്
തില്ലേലേ ലേലോ
തില്ലേലേ ലേലമച്ചാ
തില്ലേലേ ലേലോ
നമ്മെ നമ്പി നാടിരുക്ക്
തില്ലേലേ ലേലോ
നമ്മെ നമ്പി നാടിരുക്ക്
തില്ലേലേ ലേലോ

നമ്പി = വിശ്വസിച്ചു.

തൊഴിലാളി വർഗ്ഗ സംസ്കാരത്തിന്റെ കാതലായ അംശങ്ങൾ വിളംബരം ചെയ്യുന്ന പാട്ടാണിത്. സഹകരണം, പരസ്പര വിശ്വാസം, സ്നേഹം, സാഹോദര്യം എന്നിവയാണ് പ്രപഞ്ചത്തിന്റെ ആധാരശിലകളെന്ന് പ്രകൃതിയിലെ ഉദാഹരണങ്ങളിലൂടെ സ്ഥാപിക്കുകയാണിവിടെ. പ്രകൃതിയും മണ്ണും ജീവജാലങ്ങളും മനുഷ്യനും ചേരുമ്പോഴാണ് നാട് അഭിവൃദ്ധിപ്പെടുന്നതെന്ന ആശയത്തിന് ഊന്നൽ നല്കുന്ന ഈ പാട്ട് അദ്ധ്വാനിക്കുന്ന വർഗ്ഗത്തിന്റെ വർഗ്ഗപരമായ കാഴ്ചപ്പാടു വിളംബരം ചെയ്യുന്നതാണ്.

കേരളം മുഴുവൻ പ്രചാരത്തിലുള്ളതാണ് ഈ പാട്ട്. വ്യത്യസ്ത പ്രദേശങ്ങളിൽ വായ്ത്താരികൾക്കും ഈണത്തിനും ചെറിയ മാറ്റങ്ങളുണ്ടെങ്കിലും അടിസ്ഥാനാശയത്തിന് ഒരു മാറ്റവുമില്ല. സംഘബോധം വിളംബരം ചെയ്യുന്ന ഈ നാടോടിപ്പാട്ട് തർജ്ജമ ചെയ്ത് ഇതരഭാഷകളിൽക്കൂടി പ്രചരിപ്പിക്കേണ്ടത് കാലഘട്ടത്തിന്റെ അനിവാര്യതയാണ്.

മണ്ണാണ് എല്ലാറ്റിനും ആധാരം എന്ന് ഈ നാടോടിപ്പാട്ട് ഉദ്ഘോഷിക്കുന്നു. മണ്ണിൽ വിശ്വാസമർപ്പിച്ച് മരവും, മരത്തെ വിശ്വസിച്ച് കൊമ്പും, കൊമ്പിനെ നമ്പി ഇലയും, ഇലയെ വിശ്വസിച്ച് പൂവും, പൂവിനെ നമ്പി കായും, കായെ നമ്പി പഴവും പഴത്തെ നമ്പി കിളിയും, കിളിയെ വിശ്വസിച്ച് മരവും, മരത്തെ നമ്പി മണ്ണും, മണ്ണിനെ നമ്പി നാമും, നമ്മെ നമ്പി നാടും - ഇങ്ങനെ പരസ്പരം വിശ്വസിച്ചും സഹകരിച്ചും സഹായിച്ചുമാണ് പ്രപഞ്ചത്തിന്റെ നിലനില്പെന്ന് ഈ പാട്ട് നമ്മെ ഓർമ്മപ്പെടുത്തുന്നു. മണ്ണും മണ്ണിൽ പണിയെടുക്കുന്ന മനുഷ്യനുമാണ് നാടിന്റെ ജീവൻ അഥവാ കർഷകനാണ് നാടിന്റെ നിലനില്പിന്റെ അടിസ്ഥാന ഘടകം എന്ന തൊഴിലാളിവർഗ്ഗ വീക്ഷണം ലോകത്തെ ബോദ്ധ്യപ്പെടുത്തുന്നതാണ് ഈ ഗാനം.

ഏതെല്ലാം മേഖലകളിലെ ഉന്നതങ്ങളിൽ എത്തിപ്പെട്ടാലും ഒരുവന്റെ അവസാന ആശ്രയം മണ്ണാണെന്നും ഉന്നതങ്ങളിൽ വിരാജിക്കുന്ന സർവ്വരെയും തീറ്റിപ്പോറ്റുന്നത് മണ്ണിൽ പണിയെടുക്കുന്ന കർഷകത്തൊഴിലാളിയാണെന്നും, അവന്റെ അദ്ധ്വാനവും വിയർപ്പും ചോരയുമാണ് ഭൂമിയിലെ സർവ്വ മനുഷ്യരുടെയും ജീവൻ നിലനിർത്തുന്നതെന്നും വിളംബരം ചെയ്യുന്ന ഈ പാട്ട് സർവ്വമനുഷ്യരും ഓർത്തിരിക്കേണ്ട സന്ദേശം ഉൾക്കൊണ്ടതാണ്.

8. എന്തെല്ലാം വേല

ചെറുനാട്ടുകാവില്
എന്തെല്ലാം വേല
    തെയ്താരെ തെയ്താരേ
കൊട്ടൊണ്ട് കൊയലൊണ്ട്
    കയറ്റുമ്മേ വാണം-
    തെയ്താരെ തെയ്താരേ

അഞ്ഞൂറുതൂക്കം അറുപതുഗരുഡൻ
 തെയ്താരെ തെയ്താരേ
എന്നാ നമുക്കൊന്നു പോണോടി കാളീ
 തെയ്താരെ തെയ്താരേ
കാലിമ്മേ കാത്തള എനിക്കില്ല മാമീ
 തെയ്താരെ തെയ്താരേ
കാലിമ്മേ കാത്തള ഞാൻ തരാം കാളീ
 തെയ്താരെ തെയ്താരേ
കയ്യുമ്മേ കൈവള എനിക്കില്ല മാമീ
 തെയ്താരെ തെയ്താരേ
കയ്യുമ്മേ കൈവള ഞാൻ തരാം കാളീ
 തെയ്താരെ തെയ്താരേ
തോളിമ്മേ തോൾമുണ്ടെനിക്കില്ല മാമീ
 തെയ്താരെ തെയ്താരേ
തോളിമ്മേ തോൾമുണ്ടു ഞാൻ തരാം കാളീ
 തെയ്താരെ തെയ്താരേ
ചെറുനാട്ടുകാവില് എന്തെല്ലാം വേല
 തെയ്താരെ തെയ്താരേ
കൊട്ടൊണ്ട് കൊയലൊണ്ട്
 കയറ്റുമ്മേ വാണം
 തെയ്താരെ തെയ്താരേ
എന്നാ നമുക്കൊന്ന് പോണോടീ കാളീ
 തെയ്താരെ തെയ്താരേ
കാലുമ്മേ പൊടിതട്ടി പോണോടീ കാളീ
 തെയ്താരെ തെയ്താരേ
കയ്യുമ്മേകൈകോർത്ത്
 പോണോടി കാളീ
 തെയ്താരെ തെയ്താരേ
 തെയ്താരെ തെയ്താരേ
 തെയ്താരെ തെയ്താരെ
വയലേലകളിൽ കളപറിക്കുമ്പോൾ

തൊഴിലാളി സ്ത്രീകൾ ആ തൊഴിലിന്റെ താളത്തിൽ പാടാറുള്ള പാട്ടാണിത്. തൊഴിലാളി വർഗ്ഗത്തിന്റെ ഇല്ലായ്മകളുടെയും പരസ്പര സ്നേഹത്തിന്റെയും സഹകരണത്തിന്റെയും സന്ദേശം വിളംബരം ചെയ്യുന്നു ഈ ഗാനം.

ചെറുനാട്ടുകാവിലെ ഉത്സവത്തിൽ പങ്കെടുക്കാൻ പോകുന്നതിന് ഇല്ലായ്മകൾ നിരത്തുന്ന മരുമകൾക്ക് എല്ലാം നല്കാൻ സന്മനസ്സുകാണിക്കുന്ന അമ്മാവിയെയാണ് ഈ പാട്ടിലൂടെ കണാനാകുന്നത്.

'അമ്മായിയമ്മപ്പോര്' കുടുംബബന്ധങ്ങളെയും കുടുംബസമാധാനത്തെയും തകർത്തുകൊണ്ടിരിക്കുന്ന സാമൂഹികാവസ്ഥ നിലവിലിരുന്ന ഒരു കാലഘട്ടത്തിൽ തൊഴിലാളി കുടുംബങ്ങളിൽനിന്ന് ആ ശാപം അകന്നുനിന്നിരുന്നു എന്ന് സൂചിപ്പിക്കുന്നതാണ് ഈ പാട്ട്. മാത്രവുമല്ല, ഇല്ലായ്മകൾക്ക് നടുവിലും സ്നേഹാദരങ്ങൾക്കും സാഹോദര്യത്തിനും, സഹകരണത്തിനും പരസ്പര സഹായങ്ങൾക്കും തൊഴിലാളി കുടുംബങ്ങൾ വിലകല്പിച്ചിരുന്നതായും ഈ പാട്ട് സൂചന നല്കുന്നുണ്ട്. തൊഴിലാളി വർഗ്ഗത്തിന്റെ സ്വഭാവ ചിത്രീകരണമാണ് ഇതിൽ പ്രകടമാകുന്നത്. മാതൃകാപരമായ കുടുംബജീവിതമാണ് തൊഴിലാളി കുടുംബങ്ങളിൽ ഉള്ളതെന്ന് ഈ പാട്ട് നമ്മെ ബോദ്ധ്യപ്പെടുത്തുന്നു. അടിസ്ഥാന വർഗ്ഗവീക്ഷണം വെളിപ്പെടുത്തുന്ന ഈ ഗാനം നമ്മുടെ നാടൻപാട്ടുകളിൽ പ്രമുഖസ്ഥാനം വഹിക്കുന്നുണ്ട്.

9. ഇവിടെക്കെട

ആനിക്കാ പറിക്കാൻ
വാ മോളേ
എന്റെ കൈയില് കൊച്ചാമ്മേ
ആനിക്കാ പറിക്കാൻ
വാ മോളേ
എന്റെ കൈയില് കൊച്ചാമ്മേ
ആനിക്കാ ചെത്താൻ
വാ മോളേ
എന്റെ കൈയില് കൊച്ചാമ്മേ
ആനിക്കാ പുഴുങ്ങാൻ
വാ മോളേ
എന്റെ കൈയില് കൊച്ചാമ്മേ
ആനിക്ക തിന്നാൻ
വാമോളേ.
അവിടെക്കെട കൊച്ചേ
ഇവിടെക്കെട കൊച്ചേ
അങ്ങനെ കെട കൊച്ചേ
ഇങ്ങനെ കെട കൊച്ചേ
തള്ളയൊണ്ടെങ്കിലേ
പുള്ളയൊള്ളേ
അവിടെക്കെട കൊച്ചേ
ഇവിടെക്കെട

1. ആനിക്ക - അയനിക്ക. ആഞ്ഞിലി അഥവാ അയനി, അയണി എന്നീ പേരുകളിൽ വിവിധ പ്രദേശങ്ങളിൽ അറിയപ്പെടുന്ന മരത്തിന്റെ കായ. ചില പ്രദേശങ്ങളിൽ 'അയനിച്ചക്ക' എന്നും ഇതിനു പേരുണ്ട്.

10. വാ കൊറത്തീ

അയനിക്ക പറിക്കാം
വാ കൊറത്തീ
എനക്കൊട്ടും വയ്യ വയ്യേ-
കൊറവാ
എനക്കൊരു പുള്ളയൊ-
ണ്ടേ കൊറവാ
അയനിക്കാ ചെത്താം-
വാ കൊറത്തീ
എനക്കൊട്ടും വയ്യ വയ്യേ-
കൊറവാ
എനക്കൊരു പുള്ളയൊണ്ടേ
കൊറവാ-
നീയിങ്ങിരുന്നോടീ കൊറത്തീ
ഏനങ്ങു ചെത്തിക്കൊ-
ള്ളാം കൊറത്തീ
അയനിക്കാ പുഴുങ്ങാം-
വാ കൊറത്തീ
എനക്കൊട്ടും വയ്യ വയ്യേ-
കൊറവാ
എനക്കൊരു പുള്ളയൊണ്ടേ-
കൊറവാ
അയനിക്കാ തിന്നാം-
വാ കൊറത്തീ
അവിടെക്കെട പുള്ളേ-
ഇവിടെക്കെട പുള്ളേ
ഏനിതാ വരണൊണ്ടേ
എൻ കൊറവാ
തള്ളയൊണ്ടെങ്കിലേ
പുള്ളയൊള്ളേ
ഏനിതാ വരണൊണ്ടേ
എൻ കൊറവാ

1. എനക്ക് - എനിക്ക്. 2. ഏൻ - ഞാൻ, 3. പുള്ള - പിള്ള - കുഞ്ഞ്

11. എന്തു രുചിയമ്മോ

പത്തായത്തിലിറങ്ങിയൊരിത്തിരി
നെല്ലെടുക്കെന്റെ മോളേ
എനിക്കു വയ്യമ്മോ എലിയെന്നെ
കടിച്ചു കൊല്ലുമമ്മോ,

എനിക്കു വയ്യമ്മോ...
- പത്തായത്തി-
ഒരക്കളത്തിലെ നെല്ലിനെയിത്തിരി
ഇടിച്ചു താ മോളേ
എനിക്കു വയ്യമ്മോ-
ചെറുക്കന്മാർ
ഒളിച്ചു നോക്കുമമ്മോ
എനിക്കുവയ്യമ്മോ.....
- പത്തായത്തി-
അടുക്കളയിലെ അരിയെ വേവിച്ചു
വാർക്കെടീ പൊന്നുമോളേ
എനിക്കു വയ്യമ്മോ അടുപ്പെന്നെ
തുറിച്ചു നോക്കുമമ്മോ
എനിക്കു വയ്യമ്മോ...
-പത്തായത്തി-
എല തൊടച്ചിട്ടു വെളമ്പിവച്ചെടി
ഉണ്ണാൻ വാ മോളേ
എന്തു രുചിയമ്മോ ഇത്തിരി-
ക്കൂടെ വെളമ്പമ്മോ-
എന്തു രുചി ....
ഇത്തിരിക്കൂടെ.....
ഇത്തിരിക്കൂടെ....

12. ഹാ! എന്തൊരു രുചി

നെല്ലൊന്നു കുത്തെന്റെ മോളേ
നടുവു കഴയ്ക്കുന്നെന്റമ്മേ
അരിയോന്നിടിക്കന്റെ മോളേ
കൈയു കഴയ്ക്കുമെന്റമ്മേ
തീയൊന്നു നീക്കെന്റെ മോളേ
തീപ്പൊരി തെറിക്കുമെന്റമ്മേ
പലഹാരം തിന്നെന്റെ മോളേ
എന്തൊരു രുചിയാണെന്റമ്മേ
ഹായ് ഹായ്
എന്തൊരു രുചിയാണെന്റമ്മേ.

മുകളിൽ കൊടുത്തിരിക്കുന്ന നാലു പാട്ടും പണിയെടുക്കാതെ ഭക്ഷണം കഴിക്കുന്ന വർഗ്ഗത്തെ പരിഹസിക്കുന്ന നാടോടിപ്പാട്ടുകളാണ്. മനുഷ്യൻ സാമൂഹിക ജീവിതം ആരംഭിച്ച പുരാതനകാലം മുതൽ തന്നെ പണിയെടുക്കുന്ന വർഗ്ഗവും, പണിയെടുക്കാത്ത വർഗ്ഗവും രൂപാന്തരപ്പെട്ടിരുന്നു. അവരാണ് തൊഴിലാളി വർഗ്ഗവും സമ്പന്നവർഗ്ഗവും. ഈ വർഗ്ഗ

സ്വഭാവത്തെയാണ് വൈലോപ്പിള്ളി തന്റെ കവിതയിലൂടെ ഇങ്ങനെ വിമർശിച്ചത്.

"വേലകൾ ചെയ്യാനൊരു വർഗ്ഗം
വെറുതെ തിന്നാനൊരു വർഗ്ഗം."

ഉദ്ധരിക്കപ്പെട്ട നാടോടിപ്പാട്ടുകളിൽ അമ്മയും മകളും കുറവനും കുറത്തിയുമൊക്കെയാണ് കഥാപാത്രങ്ങളെങ്കിലും, പണിയെടുക്കുന്നവന്റെ അദ്ധ്വാനഫലം ചൂഷണം ചെയ്ത് സ്വന്തമാക്കുന്ന സമ്പന്നവർഗ്ഗത്തെ നേരിട്ടെതിർക്കാൻ ശക്തരല്ലാതിരുന്ന കാലത്ത് തൊഴിലാളികൾ ഇത്തരം പാട്ടുകളിലൂടെ ഭംഗ്യന്തരേണ, തങ്ങളുടെ അദ്ധ്വാനഫലം കവർന്നെടുക്കുന്ന ജന്മിമുതലാളി വർഗ്ഗങ്ങളെ പരിഹസിക്കുകയാണ് ചെയ്യുന്നത്. മുടന്തൻ ന്യായങ്ങൾ നിരത്തി തങ്ങളുടെ അദ്ധ്വാനത്തിന്റെ ഫലം അപഹരിക്കുന്ന ചൂഷക വർഗ്ഗത്തിനെതിരെ ചൂഷിതവർഗ്ഗത്തിന്റെ ആക്ഷേപഹാസ്യത്തിലൂടെയുള്ള കടന്നാക്രമണമാണ് ഈ പാട്ടുകളിൽ കാണുന്നത്. ഈ പാട്ടുകൾ പ്രത്യക്ഷത്തിൽ അമ്മയും മകളും കുറവനും കുറത്തിയും തമ്മിലുള്ള സംഭാഷണ രൂപത്തിലാണെങ്കിലും ഇതിലെ കഥാപാത്രങ്ങളായ അമ്മയും കുറവനും അദ്ധ്വാനിക്കുന്ന വർഗ്ഗത്തിന്റെ പ്രതീകങ്ങളും, മകളും കുറത്തിയും ജന്മിമാരുടെ പ്രതീകങ്ങളുമാണെന്നതാണ് നമുക്ക് കണ്ടെത്താനാവുന്നത്. സംഘടിത തൊഴിലാളിവർഗ്ഗ പ്രസ്ഥാനം ഉരുത്തിരിയാതിരുന്ന ഒരു കാലഘട്ടത്തിലെ തൊഴിലാളി വർഗ്ഗത്തിന്റെ ഒറ്റയ്ക്കൊറ്റയ്ക്കുള്ള അമർഷ പ്രകടനമാണ് ഇത്തരം പാട്ടുകളിൽ കാണുന്നത്.

13. തമ്പ്രാന് തീണ്ടലാണ്

പുഞ്ചപ്പാടത്തെ പൂങ്കുയിലേ
  ഹൊയ്
പുന്നാരപ്പാട്ടൊന്നു പാടാമോ
അക്കണ്ടം നട്ടു ഞാൻ ഇക്കണ്ടം
  നട്ടു ഞാൻ-
മേലേക്കണ്ടത്തിൽ ഞാറുനട്ടു
  -പുഞ്ച-
ഞാറു കുത്തികേറി വരുമ്പം
എന്നാലും തമ്പ്രാന് തീണ്ടലാണ്.
നെല്ലായ നെല്ലെല്ലാം
  കൊയ്തു മെതിച്ച്
അറയിലിടുമ്പോഴും തീണ്ടലില്ല.
  -പുഞ്ച-
അറകൾ നെറച്ചു പത്തായം നെറച്ചു
ഇറങ്ങി വരുമ്പോഴും തീണ്ടലില്ല.
പൊന്മണി വാരി അറ നെറച്ചാലും
കേറിയിറങ്ങിയാൽ തീണ്ടലില്ല

കൊയ്ത്തുകാലം കഴിഞ്ഞാൽ പടിപ്പുര
കേറിയാൽ തമ്പ്രാന് തീണ്ടലാണ്
-പുഞ്ചപ്പാടത്തെ-

ജന്മിത്തത്തിന്റെ വർഗ്ഗസ്വഭാവം സ്പഷ്ടീകരിക്കുന്ന ഒരു കൃഷിപ്പാട്ടാണിത്. ജന്മിവർഗ്ഗത്തിന്റെ കൊടും ക്രൂരതകളും തൊട്ടുകൂടായ്മയും തീണ്ടിക്കൂടായ്മയും ചൂഷിതവർഗ്ഗത്തിനുമേൽ അടിച്ചേല്പിച്ചിരുന്ന കാലം. നവോത്ഥാനാശയങ്ങൾക്ക് കേരളക്കരയിൽ വേരോട്ടം വരുന്നതിനുമുമ്പ് ജന്മിമാരുടെ കുടിയാന്മാരും അടിയാളരുമായിരുന്ന ദളിത വിഭാഗം ഉള്ളിലൊതുക്കിയിരുന്ന വികാര വിക്ഷോഭങ്ങൾ ഈ ഞാറ്റുപാട്ടിലൂടെ ബഹിർഗമിക്കുകയാണ്.

"കിഴക്കു വെള്ളകീറുന്നതു മുതൽ പടിഞ്ഞാറൻ കടൽ ചെമന്നു തുടുക്കുന്നതു വരെ പാടത്ത് വിശ്രമമില്ലാതെ പണിയെടുത്ത് കേറിവരുമ്പോൾ തമ്പ്രാക്കന്മാർക്ക് ഞങ്ങൾ തീണ്ടൽക്കാരികളാണ്. കൊയ്തുമെതിച്ച് അറകളും പത്തായങ്ങളും നിറയ്ക്കുമ്പോഴും ഞങ്ങൾക്കു തീണ്ടലില്ല. വീടിന്റെ ഉള്ളറകളിൽ കേറിയിറങ്ങി പത്തായം നിറയ്ക്കാം. തീണ്ടലില്ല. കൊയ്ത്തുകഴിഞ്ഞാൽ തമ്പ്രാന് പാടത്തും പറമ്പിലുമൊക്കെ തീണ്ടലാണ്. കാര്യം കാണാൻ തീണ്ടലില്ല; അതുകഴിഞ്ഞാൽ തീണ്ടൽ" ഈ പാട്ട് ദളിതന്റെ വിലാപമാണ്.

ജന്മിത്തത്തിന്റെ തോന്ന്യാസങ്ങൾക്കെതിരേ പ്രതികരിക്കാനുള്ള ചങ്കൂറ്റം, കമ്മ്യൂണിസ്റ്റ് പ്രസ്ഥാനം രൂപപ്പെടുത്തിയ സംഘടിത ശക്തിയിലൂടെ നേടിക്കഴിഞ്ഞ തൊഴിലാളി വർഗ്ഗത്തിന്റെ വെളിപാടാണ് ഈ പാട്ട്.

14. തല്ലിക്കരയേറ്റുമേ

സൂര്യനുദിച്ചുകണ്ടേ-
താരികന്താരോം
നേരം പൊലർന്നുപോയേ-
താരികന്താരോം
ഒരുപിടി ഞാറെടുത്തേ-
താരികന്താരോം
ആദിത്യൻ കതിരുനോക്ക്യേ-
താരികന്താരോം
തമ്പുരാൻ വന്നല്ലോ-
താരികന്താരോം
തല്ലിക്കരയേറ്റുമേ-
താരികന്താരോം
നട്ടിട്ടും തീരുന്നില്ലേ-
താരികന്താരോം
നേരം പൊലർന്നു പോയേ
താരികന്താരോം

മേനി തളർന്നുപോയേ
താരികന്താരോം
നേരം പൊലർന്നുപോയേ
താരികന്താരോം

ഈ ഞാറുനടീൽ പാട്ട് തൊഴിലാളി വർഗ്ഗത്തിന്റെയും ജന്മിമാരുടെയും വർഗ്ഗസ്വഭാവത്തിന്റെ തനിമ പ്രകടമാക്കുന്നതാണ്. സൂര്യോദയത്തിനു മുമ്പുതന്നെ ഞാറു നടാൻ എത്തേണ്ട തങ്ങളുടെ ദയനീയാവസ്ഥയിൽ വിലപിക്കുന്ന കർഷകത്തൊഴിലാളിയെ ഈ പാട്ടിൽ നമുക്കു കാണാം. ജന്മിമാരുടെ കല്പനയനുസരിച്ചു പണിയെടുക്കാൻ വിധിക്കപ്പെട്ട കർഷകത്തൊഴിലാളികൾ അക്ഷരാർത്ഥത്തിൽത്തന്നെ അടിമപ്പണിയാണു ചെയ്തിരുന്നതെന്ന് ഈ പാട്ട് വ്യക്താക്കുന്നു. നേരംപുലർന്നാലും മേനി തളർന്നാലും ജന്മികല്പിക്കുന്ന എല്ലാ ജോലിയും തൊഴിലാളി ചെയ്തേ തീരൂ. അതിൽ കുറവുണ്ടായാൽ തമ്പുരാൻ തല്ലിക്കരയേറ്റുമെന്നാണ് തൊഴിലാളിയുടെ വിലാപം. തൊഴിലാളിയെ തല്ലാനും കൊല്ലാനും അധികാരം സ്ഥാപിച്ചെടുത്ത ജന്മിവർഗ്ഗത്തിന്റെ സ്വഭാവവും ഈ പാട്ടിൽ പ്രകടമാക്കുന്നുണ്ട്. കുട്ടനാടൻ കർഷകത്തൊഴിലാളികളുടെ ചരിത്രം ജന്മിമാരുടെ കൊടും ക്രൂരതകൾ സാക്ഷ്യപ്പെടുത്തുന്നുണ്ട്.

15. കേറിവാടീ (സുന്ദരകാളീ)

തമ്പ്രാൻ - എത്ര പറ കണ്ടം നട്ടു സുന്ദരകാളീ?
അടിയാത്തി - ഒരു പറക്കണ്ടം നട്ടു തമ്പ്രാൻ
എനിക്കെന്റെ വല്ലി തന്നേ തമ്പ്രാ
തമ്പ്രാൻ - കുത്തുകല്ല് കേറിവാടീ സുന്ദരകാളീ
അടിയാത്തീ - കുത്തുകല്ല് കേറി വന്നു തമ്പ്രാ
തമ്പ്രാൻ - മുറ്റത്തു കേറിവാടീ സുന്ദരകാളീ
അടിയാത്തി - മുറ്റത്തു കേറിവന്നു തമ്പ്രാ
മക്ക വിളിക്കുന്നു തമ്പ്രാ
തമ്പ്രാൻ - അതൊന്നും വേണ്ടേല്ലെടീ സുന്ദരകാളീ
അടിയാത്തി - എനിക്കെന്റെ വല്ലി തന്നേ തമ്പ്രാ
പാൽക്കുട്ടി കരയണൊണ്ടേ തമ്പ്രാ
തമ്പ്രാൻ - എറയത്ത് കേറിവാടീ സുന്ദരകാളീ
പോയിക്കുളിച്ചു വാടീ- സുന്ദരകാളീ
ഒരുതല എണ്ണ കൊടുത്തു തമ്പ്രാൻ
കുളിക്കാനൊരു സോപ്പു-
കൊടുത്തു തമ്പ്രാൻ

1. വല്ലി - കൂലി
2. മക്ക- മക്കൾ
3. പാൽക്കുട്ടി - പാൽകുടിക്കുന്ന പ്രായത്തിലുള്ള കുഞ്ഞ്

ജന്മിത്തത്തിന്റെ തനിവർഗ്ഗസ്വഭാവം പ്രകടമാക്കുന്ന നാടോടിപ്പാട്ടാ

ണിത്. ജന്മിമാരുടെ കുടികിടപ്പുകാരായ കർഷകത്തൊഴിലാളികളുമേൽ സർവ്വ അധികാരങ്ങളും സ്ഥാപിച്ചെടുത്ത്, അവരെ അടിമകളാക്കി ജന്മിമാർ വാണിരുന്ന കാലം. സുന്ദരികളായ തൊഴിലാളിപ്പെൺകൊടിമാർ ജന്മിമാർക്ക് അവകാശപ്പെട്ടവരായിരുന്നു. അവരെ തങ്ങളുടെ കാമപൂരണത്തിന് ഉപയോഗിക്കാൻ ജന്മാവകാശമുണ്ടെന്ന് സ്ഥാപിച്ചെടുത്തവരായിരുന്നു ജന്മിമാർ. കാര്യസാദ്ധ്യത്തിന് അവർക്ക് ജാതിയില്ല, മതവുമില്ല. കാര്യം കണ്ടുകഴിഞ്ഞാൽ തീണ്ടലും തൊടീലും പറഞ്ഞ് അവരെ ആട്ടിയകറ്റും. തങ്ങളുടെ ആഗ്രഹങ്ങൾക്കെതിരുനിന്നാൽ കൊന്ന് ചെളിക്കണ്ടത്തിൽ ചവിട്ടിത്താഴ്ത്തും. പണിയാളരുടെ ഉടമകളായ ജന്മിമാർക്ക് എന്തുചെയ്യാനുമുള്ള അലിഖിതാധികാരം അവർ സ്ഥാപിച്ചുറപ്പിച്ചിരുന്നു.

പണികഴിഞ്ഞെത്തിയ സുന്ദരിയായ കാളിയെന്ന തൊഴിലാളി സ്ത്രീയെ അരികിലേക്കു വിളിച്ച്, എണ്ണയും സോപ്പും നല്കി കുളിക്കാനയയ്ക്കുന്ന ജന്മി ആ കാലഘട്ടത്തിലെ ജന്മിത്തത്തിന്റെ പ്രതീകമാണ്. പലതും പറഞ്ഞ് ഒഴിയാൻ ശ്രമിച്ചെങ്കിലും കാളിക്ക് ജന്മിത്തമ്പുരാന്റെ ആഗ്രഹത്തിന് വഴങ്ങേണ്ടിവരുന്നു. അത് ആ കാലഘട്ടത്തിന്റെ പൊതുസ്വഭാവമായിരുന്നു.

16. കോരന്നു കഞ്ഞിമാത്രം

പാടം കൊയ്യുന്നേ-
    പണിയാരു കൊയ്യുന്നേ
തമ്പ്രാന്റെ പത്തായം-
    നെറയുന്നേ
പത്തായം നെറയട്ടെ-
പണപ്പെട്ടി നിറയട്ടെ
തമ്പ്രാനും മക്കളും-
    തിന്നോട്ടെ
എല്ലു നുറുങ്ങ്യാലും-
    ചങ്കുപൊടിഞ്ഞാലും
എങ്ങക്കു നാവൂരി-
    നെല്ലുമാത്രം
മൂവന്തിയാവോളം-
    ചേറ്റിൽ പണിഞ്ഞാലും
കോരന്നു കുമ്പിളിൽ-
    കഞ്ഞിമാത്രം

1. നാവുരി - നാഴിയൂരി
2. എങ്ങക്ക് - ഞങ്ങൾക്ക്

ഈ ചെറിയൊരു പാട്ടിലൂടെ ഒരു കാലഘട്ടത്തിലെ പണിയാള

ന്റെയും ഉടയോന്റെയും വർഗ്ഗസ്വഭാവത്തിന്റെ നേർച്ചിത്രമാണ് അനുവാചകന് ലഭ്യമാകുന്നത്. നിലമൊരുക്കുന്നതു മുതൽ അറ നിറയ്ക്കുന്നതു വരെയുള്ള സർവ്വകൃഷിപ്പണിയും ചെയ്യുന്നത് തൊഴിലാളി. പത്തായവും പണപ്പെട്ടിയും നിറയുന്നത് മുതലാളിയുടേത്. തൊഴിലാളി ചെയ്യുന്ന കടും തൊഴിലിന്റെ ഫലം അനുഭവിക്കുന്നത് തമ്പ്രാനും മക്കളും.

എല്ലുമുറിയെ പണിയെടുക്കുന്ന, ചങ്കു പൊടിയെ പണിയെടുക്കുന്ന തൊഴിലാളിക്ക് കൂലി നാഴിയുരി നെല്ലുമാത്രം. അദ്ധ്വാനിക്കുന്ന വർഗ്ഗത്തിന് എന്നും പട്ടിണി; തൊഴിലാളിയുടെ അദ്ധ്വാനത്തിന്റെ ഫലം അനുഭവിക്കാൻ മുതലാളി. ഇത് തൊഴിലാളിവർഗ്ഗം ക്രമേണ മനസ്സിലാക്കിത്തുടങ്ങി. ഈ ബോധം തൊഴിലാളിവർഗ്ഗത്തിന് ഉണ്ടാക്കിയെടുത്തത് കമ്യൂണിസ്റ്റ് പ്രസ്ഥാനമാണെന്ന യാഥാർത്ഥ്യം തൊഴിലാളിവർഗ്ഗം സാവധാനത്തിലാണെങ്കിലും തിരിച്ചറിയാൻ തുടങ്ങി.

17. ഒപ്പമിരുന്നുണ്ടീടാം

തിത്തകം താരോ തെയ്യകം താരോ
തെക്കേലെ കുഞ്ഞമ്പു വന്നാട്ടെ
തിത്തകം താരോ തെയ്യകം താരോ
കുഞ്ഞമ്പൂന്റോളും വന്നാട്ടേ
മഴയെല്ലാം പോയല്ലോ
മാനം തെളിഞ്ഞല്ലോ
എങ്ങുമൊരുല്ലാസക്കാറ്റു വീശി (2)
തിത്തകം താരോ തെയ്യകം താരോ
വടക്കേലെ ചാക്കോ വന്നാട്ടെ
തിത്തകം താരോ തെയ്യകം താരോ
ചാക്കോന്റെ കുട്ട്യോളും വന്നാട്ടെ
പുന്നെല്ലിൻ പാടം
വെളുത്തതു കണ്ടില്ലേ?
പുത്തരിച്ചോറുണ്ണാ-
നാശയില്ലേ? (2)
തിത്തകം താരോ തെയ്യകം താരോ
പടിഞ്ഞാറേ ആലീ വന്നാട്ടെ
തിത്തകം താരോ തെയ്യകം താരോ
ആലീടെ ബീഡറും ബന്നാട്ടെ
പുന്നെല്ലിൻ പാടം
വെളുത്തതു കണ്ടില്ലേ?
പുത്തിരിച്ചോറുണ്ണാ-
നാശയില്ലേ (2)
അരിവാളും കറ്റക്കയറുമെടുത്ത്
വേഗത്തിലെല്ലാരും വന്നാട്ടെ

കൊയ്യണം കറ്റ മെതിക്കണം പിന്നെ
തൂറ്റണം പാറ്റണം വന്നാട്ടെ
പുത്തരിച്ചോറുവച്ചെല്ലാരുമൊന്നായി
ഒപ്പമിരുന്നിട്ടുണ്ടീടാം
തിത്തകം താരോ തെയ്യകം താരോ
ഒപ്പമിരുന്നിട്ടുണ്ടീടാം
തിത്തകം താരോ തെയ്യകം താരോ
ഒപ്പമിരുന്നിട്ടുണ്ടീടാം
തിത്തകം....
ഒപ്പ...

തൊഴിലാളിവർഗ്ഗ സംസ്കാരം എന്താണെന്ന് പ്രകടമാക്കുന്ന ഉദാത്തമായ ഒരു നാടോടിപ്പാട്ടാണ് മേലുദ്ധരിച്ചത്. തൊഴിലെടുക്കുന്നവന് ഒരു വർഗ്ഗമേയുള്ളൂ - തൊഴിലാളിവർഗ്ഗം. തൊഴിലാളിക്ക് ഒരു മതമേയുള്ളൂ - സ്നേഹത്തിന്റെ മതം. ഒരു ജാതിയേയുള്ളൂ - മനുഷ്യജാതി. ഈ സന്ദേശമാണ് ഈ പാട്ടിലൂടെ തൊഴിലാളി പ്രഖ്യാപിക്കുന്നത്.

കിളയ്ക്കാനും വിതയ്ക്കാനും കളപറിക്കാനും കൊയ്യാനും ഒരുമിക്കുന്ന തൊഴിലാളി പുത്തരിയോണം ഉണ്ണാനും ഒത്തൊരുമിക്കുന്നു. ജാതിയുടെയും മതത്തിന്റെയും പേരിൽ തൊഴിലാളിയെ വിഘടിപ്പിച്ചു നിർത്താൻ ഒരു ശക്തിക്കുമാവില്ല. അവന്റെ സംഘബോധം അത്രയ്ക്കു സുദൃഢമാണ്.

കുഞ്ഞമ്പുവും കുടുംബവും ചാക്കോയും കുടുംബവും ആലിയും കുടുംബവും തൊഴിലെടുക്കാനും പുത്തരിയുണ്ണാനും ഒരുമിച്ചു കൂടുന്നു. ഈ സംഘബോധം തൊഴിലാളിവർഗ്ഗത്തിന്റെ സ്വത്വമാണ്. വർഗ്ഗബോധത്തിൽ നിന്നുരുത്തിരിഞ്ഞ സംഘബോധം തൊഴിലാളി വർഗ്ഗത്തിൽ മാത്രം ദൃശ്യമാകുന്ന ഒന്നാണ്.

18. തമ്പുരാൻ മാളിക മോളില്

അരികറുക ചെറുകറുക-
ജീരകച്ചെമ്പാ
വിത്തെല്ലാം വാരിപ്പാകുന്നേ
പറിക്കുന്നേ ഞാറു പറിക്കുന്നേ പിടി-
ഞാറു കെട്ടിയെറിയുന്നേ,
പിടിഞാറുകെട്ടിയെറിയുന്നേ

-അരികറുക-

ചെമ്പക നെല്ലിന്റെ
ചുണ്ടു ചുവന്നപ്പം
തമ്പുരാനുണ്ടു വരമ്പത്ത്
തമ്പുരാനുണ്ടു വരമ്പത്ത്

-അരികറുക-

എന്റെ പിടിത്താളു[1]
കണ്ടപ്പം തമ്പുരാൻ
പമ്പരം പോലുള്ള കണ്ണുരുട്ടി
പമ്പരം പോലുള്ള കണ്ണുരുട്ടി

-അരികറുക-

എന്റപ്പൻ മാടത്തിൽ-
കാവൽ കെടന്നപ്പം
തമ്പുരാൻ മാളിക മോളില്
തമ്പുരാൻ മാളിക മോളില്

-അരികറുക-

1. പിടിത്താള് - നെല്ലു കൊയ്യുമ്പോൾ കൊഴിഞ്ഞു വീഴുന്ന നെല്ക്കതിർ. കൊയ്ത്തുകാരും അവരുടെ കുട്ടികളും പിടിത്താളു ശേഖരിക്കാറുണ്ട്. പക്ഷേ, ജന്മിമാരിൽ പലരും അതുപോലും അവർക്കു നല്കാറില്ല.

വിതയ്ക്കുമ്പോഴും, ഞാറു നടുമ്പോഴും കള പറിക്കുമ്പോഴുമൊന്നും തമ്പുരാനെ കാണാറില്ല. കതിർക്കുല പാകമാകുമ്പോഴേക്കും തമ്പുരാൻ പാടവരമ്പത്തെത്തും. അതുവരെ കഠിനാദ്ധ്വാനം ചെയ്യുന്ന തൊഴിലാളിയാണ് എല്ലാ കാർഷികവൃത്തികളും ചെയ്യുന്നത്. അദ്ധ്വാനം മുഴുവൻ തൊഴിലാളിക്ക്. കൊയ്ത്തു ദിവസം പിടിത്താളു ശേഖരിക്കാനുള്ള അവകാശം പോലും പണിയെടുക്കുന്ന തൊഴിലാളിക്കില്ല. പിടിത്താൾ ശേഖരിക്കുന്ന കുട്ടികളെപ്പോലും തമ്പുരാൻ തല്ലിയോടിക്കും. അതാണ് ജന്മിയുടെ വർഗ്ഗസ്വഭാവം. കർഷകൻ രാപ്പകൽ മഞ്ഞും മഴയും വെയിലുമേറ്റ് പാടത്തിൽ കാവൽ കിടക്കുമ്പോൾ തമ്പുരാൻ മാളികമുകളിൽ സസുഖം വിശ്രമിക്കുകയായിരിക്കും. ജന്മിമാരുടെയും പണിയെടുക്കുന്നവന്റെയും വർഗ്ഗസ്വഭാവമാണ് ഈ പാട്ടിൽ ദൃശ്യമാകുന്നത്.

19. നേരംപോയ്...

നേരംപോയ് നേരം പോയ്...
പൂക്കൈത മറപറ്റി
കുന്നാംകോഴി കൊളക്കോഴി
തത്തിത്തത്തിച്ചാടുന്നേ-
നേരമ്പോയ നേരത്തും
കൊല്ലാക്കൊല കൊല്ലണയോ
അരമുറിക്കരിക്കും തന്ന്
കൊല്ലാക്കൊല കൊല്ലണയോ

-നേരംപൊയ്-

അരത്തൊണ്ടു കള്ളും തന്ന്
കൊല്ലാക്കൊല കൊല്ലണയോ
ഞാമ്പോയനേരത്ത്
ഈടില്ല മൂടില്ല

-നേരംപൊയ്-

ഞാനവിടെച്ചെന്നേപ്പിന്നെ
കെട്ടാപ്പെര കെട്ടിച്ചേ
ഞാമ്പോയ നേരത്ത്
കൊളമില്ല കെണറില്ല.
ഞാനവിടെച്ചെന്നേപ്പിന്നെ
വെട്ടാക്കൊളം വെട്ടിച്ചേ

-നേരംപോയ്-

ഇത് ഒരു തൊഴിൽപ്പാട്ടാണ്. ജന്മിമാരുടെയും തൊഴിലാളികളുടെയും വർഗ്ഗസ്വഭാവം ഈ പാട്ടിലൂടെ പ്രകടമാകുന്നുണ്ട്.

പ്രഭാതം മുതൽ പ്രദോഷം വരെ വിശ്രമമില്ലാതെ ജന്മിമാരുടെ അടിമകളായി പണിചെയ്യേണ്ട ഗതികേടിൽ ജീവിതം തള്ളിനീക്കിയിരുന്നവരായിരുന്നു ഒരു കാലത്ത് തൊഴിലാളി വർഗ്ഗം. അരത്തൊണ്ടു കള്ളും ഒരു മുറി കരിക്കും നല്കി കഠിനാദ്ധ്വാനം ചെയ്യിക്കുമ്പോഴും ജന്മിമാരുടെ സുഖസൗകര്യങ്ങൾക്കു കുറവു വരാതെ രാപ്പകൽ പണിയെടുത്തിരുന്നവരായിരുന്നു തൊഴിലാളികൾ.

കരളുരുകി വിലപിക്കുന്ന തൊഴിലാളികളുടെ നേർച്ചിത്രം ഈ പാട്ടിലൂടെ നമുക്കു കാണാം.

സൂര്യൻ പടിഞ്ഞാറ് പൂക്കൈതയുടെ മറവിലായി. അസ്തമയം നടന്നുകഴിഞ്ഞു. ഇരുൾ പരന്നു. പക്ഷികൾ ചേക്കേറി. അപ്പോഴും പണിയെടുക്കുന്ന തൊഴിലാളി. പണിയെടുപ്പിക്കുന്ന തൊഴിലുടമ. ഉടമയുടെ ആജ്ഞാനുവർത്തിയായ അടിമയാണ് അന്നത്തെ തൊഴിലാളി.

നേരം ഇരുട്ടി. പണി തുടരുന്നു. ജന്മി പണിയെടുക്കുന്നവനെ കൊല്ലാതെ കൊല്ലുന്നു. രാവിലെ മുതൽ രാത്രി വരെ നിർത്താതെ പണിയെടുപ്പിക്കുന്നു. അരമുറി കരിക്കും അരത്തൊണ്ടു കള്ളുമാണ് പ്രതിഫലം. ജന്മിക്കുവേണ്ടി വീട് ഓലമേയാനും കുളം വെട്ടാനും തൊഴിലാളി. കൂലിയോ? പട്ടിണി.

സമ്പന്നൻ നല്കുന്ന 'നക്കാപ്പിച്ച' പ്രതിഫലവും കൈപ്പറ്റി അവനുവേണ്ടി കടുംപണി ചെയ്യുന്ന തൊഴിലാളിയെയാണ് ഈ പാട്ടിൽ നാം കാണുന്നത്. രണ്ടു വർഗ്ഗത്തിന്റെയും സ്വഭാവവൈശിഷ്ട്യങ്ങൾ ഇതിൽ പ്രകടമാക്കുന്നുണ്ട്.

തൊഴിലാളികളെക്കൊണ്ട് കടുംപണി ചെയ്യിച്ച് പട്ടിണിക്കിട്ടു കൊല്ലുന്ന സമ്പന്നന്റെ വർഗ്ഗസ്വഭാവത്തിൽ മനം നൊന്തു വിലപിക്കുന്ന തൊഴിലാളിവർഗ്ഗ ചരിത്രമാണ് കേരളത്തിൽ ഒരു കാലത്ത് നിലനിന്നിരുന്നതെന്ന് ഇത്തരം പാട്ടുകൾ നമ്മെ ബോദ്ധ്യപ്പെടുത്തുന്നു.

20. കക്കിരി നട്ടു

കരിയെലയിട്ടു കരിച്ച തടത്തിൽ
കക്കിരി നട്ടു കുഞ്ഞൂട്ടി
പുതുമൊള പൊട്ടിമൊളച്ചു കക്കിരി

പാറ്റി നനച്ചു കുഞ്ഞൂട്ടി
പയ്യെപ്പയ്യെ വള്ളി തിരിഞ്ഞു
കുയ്യാട്ട കുത്തീ കുഞ്ഞൂട്ടി
കൈവളമിട്ടു കുഞ്ഞൂട്ടി
പന്തല് മോളിൽ ചുള്ളി നെരത്തീ
കൊത്തോലയിട്ടു കുഞ്ഞൂട്ടി
പന്തല് നെറയെപ്പടർന്നൂ കക്കിരി
മൂട്ടോടുമൂട്ട് മ്ടി പൊട്ടി
അങ്ങിങ്ങാടാടേ കക്കിരിവള്ളികൾ
എങ്ങും നെറഞ്ഞു പൊന്നുമ്പു
കായപിടിച്ചു കക്കിരി വള്ളി
പേടൊക്കെ നുള്ളീ കുഞ്ഞൂട്ടി
ത്ണ്ണനെ വണ്ണം വച്ചു കക്കിരി
ചിങ്ങം പിറന്നൂ പുത്തരിയായ്
നക്കിപുത്തരി കയ്ക്കാൻ ചെറിയൊരു
കക്കിരി നുള്ളീ കുഞ്ഞൂട്ടി
എടത്ത് മ്പടിക്ക് കങ്ങാടി വെക്കാൻ
പറിച്ചു രണ്ടെണ്ണം കക്കിരിക്ക
അയലത്തൊക്കെ കൊടുക്കാൻ വേണ്ടി
പറിച്ചു അഞ്ചെട്ട് കക്കിരിക്ക
കുഞ്ഞൂട്ടി വിത്തിനു കെട്ടിത്തൂക്കി
മൂത്തുമൊരച്ചൊരു കക്കിരിക്ക

1. *കക്കിരി - കക്കരി, കർക്കരി - ഒരുജാതി വെള്ളരിക്ക*
2. *കക്കിരിക്കാ - വെള്ളരിക്കാ*
3. *കുയ്യാട്ട - വള്ളിച്ചെടികൾ മുകളിലേക്കു കയറ്റി പടർത്താൻ കുഴിയിൽ കുത്തി നിർത്തുന്ന കമ്പ്*
4. *കൊത്തോല - തുമ്പോല*
5. *മ്ടി പൊട്ടി - മൊട്ടിട്ടു*
6. *ആടാടെ - അവിടവിടെ*
7. *ത്ണ്ണനെ - തിണ്ണനെ - തിണ്ണമായി - വേഗത്തിൽ (പെട്ടെന്ന്)*
8. *പുത്തരി കയ്ക്കുക - പുത്തരി കഴിക്കുക, പുത്തരിയുണ്ണുക.*
9. *കങ്ങാണി വയ്ക്കുക - കാഴ്ച വയ്ക്കുക.*
10. *എടത്ത്മ്പടി - യജമാനൻ*
11. *മൂത്തുമൊരച്ച- മൂത്തുമുരച്ച - പാകമായ*

വർഗ്ഗബോധവും സാമൂഹികാവബോധവുമുള്ള ഒരു കമ്യൂണിസ്റ്റ് കർഷകത്തൊഴിലാളിയായ കുഞ്ഞൂട്ടിയുടെ കഥയാണ് ഈ പാട്ടിൽ പ്രകടമാകുന്നത്. കക്കിരിക്കൃഷി നടത്തുന്ന കുഞ്ഞൂട്ടി ശരിയാംവണ്ണം കൃഷി ചെയ്തു. വിളയിച്ച കക്കിരിക്കാ പുത്തരിയുണ്ണാനും കൃഷിഭൂമിയുടെ ഉടമയ്ക്കും നല്കിയ ശേഷം, അയല്ക്കാർക്കൊക്കെ കക്കിരിക്ക വിതരണം

ചെയ്യുകയും വിത്തിനായി ഒരെണ്ണം സൂക്ഷിക്കുകയും ചെയ്യുന്നു.

തന്റെ അദ്ധ്വാനത്തിന്റെ ഫലം തന്റെ അയല്ക്കാർക്കു കൂടി നല്കാനുള്ള മഹാമനസ്കത വർഗ്ഗബോധമുള്ള ഒരു തൊഴിലാളിക്കു മാത്രമേ കാണുകയുള്ളൂ. ജന്മിവർഗ്ഗത്തിനില്ലാത്ത വർഗ്ഗസ്നേഹമാണ് കുഞ്ഞൂട്ടിയെന്ന കർഷകത്തൊഴിലാളിയിലൂടെ പ്രകടമാക്കുന്നത്.

21. ചൊപ്പനം കണ്ടേ

ഏരേരിയേരോയീരക-
    യേരേയിയേരോ
ഏരേരിയേരോയീരക-
    യേരേയിയേരോ
ഏരേരിയേരോയീരക-
    യേരേയിയേരോ
ഏനിന്നലെ ചൊപ്പനം
    കണ്ടപ്പം ചൊപ്പനം കണ്ടേ
ചാവേറിൻ നോവിനെല്ലാം
    നാവുമൊളച്ചെന്ന്
കൂനനുറുമ്പണിചേർന്നോ
    രാനയെക്കൊന്നെന്ന്
കൂനനുറുമ്പണിചേർന്നോ-
    രാനയെക്കൊന്നെന്ന്
ഏരേരിയേരോ.....................(3)
മൈലാഞ്ചിക്കാട്ടിലെന്റെ-
    പറയി കരഞ്ഞേ
പൂവായ പൂവിലെല്ലാം-
    ചോരതെറിച്ചെന്ന്
പൂവായ പൂവിലെല്ലാം-
    ചോരതെറിച്ചെന്ന്
ഏരേരിയേരോ.....................(3)
തമ്പ്രാന്റെയറനെറ-
    ച്ചിട്ടന്നരവയർ കെടന്നേ
ഏനന്റെ കൂരേലക്കറ്റ-
    കൊയ്തു മെതിച്ചന്ന്
ഏരേരിയേരോ.....................(3)
ഏനെന്റെ പഴയമാനം-
    കഴക്ക്ണ് കിടാത്താ
വാളിന്റെ മൊനപോലെ-
    തുടിക്ക്ണ് കിടാത്താ
വാളിന്റെ മൊനപോലെ-

തുടിക്ക്ണ് ക്ടാത്താ
ഏരേരിയേരോ......................(3)
പറയന്റെ തലയണി-
മലയോളമുയരും
പറയീട പാട്ടിന്റ-
പടമന്നുയരും
പറയീട പാട്ടിന്റെ-
പടമന്നുയരും
ഏരേരിയേരോ......................(3)
ഇതുവരെച്ചിരിക്കാത്ത-
ചിരിയൊക്കെച്ചിരിച്ചേ
പുതുകാറ്റും പൂവാല-
നണ്ണാനും കൂടി
പുതുകാറ്റും പൂവാല-
നണ്ണാനുംകൂടി
ഏരേരിയേരോ......................(3)
ഇതുവരെക്കരയാത്ത-
മിഴിനീരു തൂവി
പുതുമഴ പോലെയൊന്നു-
കരയാനും പൂതി - ഈ
കുരുതിക്കളത്തിലൊന്ന്
ഉരുളാനും പൂതി - ഈ
കുരുതിക്കളത്തിലേന്
ഉരുളാനും - പൂതി
ഏരേരിയേരോ......................(3)

ചാവേർ - മരണം വരിച്ചും യുദ്ധം ചെയ്യാൻ തയ്യാറുള്ള ആൾ.
നോവ് - വേദന
നാവു മുളച്ചു - ശബ്ദമുണ്ടായി. (പ്രതികരണശേഷിയുണ്ടായി)
കൂനനുറുമ്പ് - ഒരു തരം ഉറുമ്പ്
അണിചേരുക - സംഘടിക്കുക
അരവയർ - പട്ടിണി
ക്ടാത്തൻ - കുട്ടി, അറ - നെല്ലറ - പത്തായം
പടം - പത്തി, പൂതി - ആഗ്രഹം
ഏന് - എനിക്ക്, ചൊപ്നം - സ്വപ്നം

വർഗ്ഗ സമരത്തെയും അതിന്റെ വിജയത്തെയും പ്രകടമാക്കുന്ന ആദ്യകാല വിപ്ലവഗാനമാണ് ഈ പാട്ട്. അടിയാളരും ദളിതരുമായ തൊഴിലാളി വർഗ്ഗത്തോട് ജന്മിത്തം കാട്ടിയ ക്രൂരതകളും, അതിനറുതി വരുത്താൻ സംഘടിത തൊഴിലാളി വർഗ്ഗം നടത്തുന്ന സമരവും, അതിന്റെ വിജയവും ധ്വന്യാത്മകമായി അവതരിപ്പിക്കുന്നതാണ് ഈ ഗാനം. ഭാവ

നാസമ്പന്നനായ ഒരു കവിയുടെ രചനാ വൈഭവം ഈ പാട്ടിലുടനീളം കാണാം. നാടോടിപ്പാട്ടുകളിലെ വർഗ്ഗവീക്ഷണത്തിന് മകുടോദാഹരണ മാണ് ഈ പാട്ട്. അതിമനോഹരമായ ഒരു സംഘഗാനമായി അവതരിപ്പി ക്കാൻ അനുയോജ്യമാണ് ഈ ഗാനം.

ഒരു കർഷകത്തൊഴിലാളിയുടെ സ്വപ്നമായാണ് ഈ ഗാനം ഭാവന ചെയ്തിരിക്കുന്നത്. സംഘബോധത്തിന്റെ ആശയം ഈ ഗാനത്തിലുള്ളതു കൊണ്ട്, വർഗ്ഗബോധം തൊഴിലാളികളിൽ ഉടലെടുത്ത കാലഘട്ടത്തിൽ പാടിയ പാട്ടായിരിക്കാനാണ് സാദ്ധ്യത. മാർക്സിയൻ തത്ത്വശാസ്ത്ര ത്തിന്റെ സ്വാധീനം ലോകത്തിന്റെ എല്ലാ ഭാഗങ്ങളിലേക്കും വ്യാപിച്ചു തുടങ്ങിയ കാലഘട്ടത്തിൽ - കേരളത്തിൽ കമ്യൂണിസ്റ്റാശയങ്ങൾ ജന ഹൃദയങ്ങളിൽ വിത്തുപാകിയ കാലഘട്ടത്തിൽ- രൂപംകൊണ്ട പാട്ടായി രിക്കാം ഈ പാട്ട്.

ഈ പാട്ടിന്റെ അന്തഃസത്ത എന്താണെന്ന് നോക്കാം. നമ്മുടെ നാടോ ടിസാഹിത്യത്തിന്റെ അന്തർധാരകളെപ്പറ്റിയുള്ള സമഗ്രമായ പഠനം ഉണ്ടാ യിട്ടില്ലാത്തതുകൊണ്ട് സാധാരണക്കാരായ അടിസ്ഥാനവർഗ്ഗത്തിന് ഇത്തരം ഗാനങ്ങളുടെ ഉള്ളടക്കത്തെപ്പറ്റി ശരിയായ ധാരണ രൂപപ്പെടു ത്താനായിട്ടുണ്ടോയെന്നത് പരിശോധിക്കേണ്ടതാണ്.

"ഏനിന്നലെ ചൊപ്പനം കണ്ടപ്പം
ചൊപ്പനം കണ്ടേ."

ചാവേറുകളുടെ വേദനകൾക്കെല്ലാം നാവുണ്ടായതായി ഞാനിന്നലെ സ്വപ്നം കണ്ടതായി ദളിത് സമുദായത്തിൽപ്പെട്ട കർഷകത്തൊഴിലാളി സ്വപ്നം കണ്ടു. ജന്മിമാരുടെ അടിമകളായി, അവർക്കുവേണ്ടി രാപ്പകൽ കഠിനാദ്ധ്വാനം ചെയ്ത് 'പട്ടിണിയും പരിവട്ടവു'മായി ജന്മിത്തത്തിന്റെ ചൊല്പടിക്ക് കുടുംബം പുലർത്തുന്ന പറയ സമുദായത്തിൽപ്പെട്ട കർഷ കത്തൊഴിലാളിയുടെ സ്വപ്നമാണിത്.

തൊഴിലാളികൾ ജന്മിമാരുടെ ചാവേറുകളായിരുന്ന കാലം. ജന്മി ത്തവും പൗരോഹിത്യവും മതമേധാവിത്വവും ഭരണകൂടവും കൈകോർത്ത് ഒറ്റവർഗ്ഗമായി നിലനിന്നുകൊണ്ട് അടിസ്ഥാനവർഗ്ഗത്തെ അടിച്ചമർത്തിയിരുന്ന കാലം. അധികാരി വർഗ്ഗത്തിനുവേണ്ടി സ്വന്തം ജീവൻ പോലും ബലി കഴിക്കാൻ തയ്യാറായി നിന്നിരുന്ന തൊഴിലാളി വർഗ്ഗം അധികാരിവർഗ്ഗത്തിന്റെ ചാവേറുകളായിരുന്നു. വേദനകൾ കടി ച്ചമർത്തി നിത്യദാരിദ്ര്യത്തിൽ മുങ്ങിത്താണിരുന്ന തൊഴിലാളികൾ നോവു കളുടെ-വേദനകളുടെ-നീർച്ചുഴിയിൽ നട്ടം തിരിഞ്ഞിരുന്ന കാലം. ആ ചാവേറുകളുടെ നോവുകൾക്ക് നാവുമുളച്ചെന്നാണ് സ്വപ്നം കണ്ടത്. ജന്മിക്കുവേണ്ടി ജീവൻ പണയം വച്ച് പണിയെടുക്കുന്ന തൊഴിലാളിയുടെ വേദനകൾക്കെതിരെ പ്രതികരിക്കാനുള്ള ശക്തിയുണ്ടായെന്നാണ് സ്വപ്നം. മാത്രവുമല്ല ആ സംഘശക്തിയുടെ മുന്നേറ്റം ജന്മിത്തത്തെ കടപുഴക്കിയെറിഞ്ഞതായാണ് ആ സ്വപ്നം. കൂനനുറുമ്പുകൾക്ക് സമാ നരായ തൊഴിലാളിവർഗ്ഗം - ജന്മിത്തം നിസ്സാരന്മാരായി കണ്ടിരുന്ന തൊഴി

ലാളിവർഗ്ഗം - അണിചേർന്ന്, ആനയെപ്പോലെ ശക്തനായ ജന്മിവർഗ്ഗത്തെ കൊന്നതായിട്ടു സ്വപ്നം കണ്ടു.

"സർവ്വരാജ്യത്തൊഴിലാളികളേ, സംഘടിക്കുവിൻ" എന്ന തൊഴിലാളിവർഗ്ഗത്തിന്റെ മോചനമന്ത്രത്തിന്റെ ശക്തി ജന്മിത്തത്തെ തകർത്തെറിഞ്ഞതായാണ് സ്വപ്നം കണ്ടത്. നമ്മുടെ സ്വാതന്ത്ര്യസമര കാലഘട്ടത്തിൽത്തന്നെ ഇന്ത്യൻ നാഷണൽ കോൺഗ്രസിനുള്ളിൽ ഉരുത്തിരിഞ്ഞ സോഷ്യലിസ്റ്റ് ഗ്രൂപ്പിന്റെ പ്രചാരണം തൊഴിലാളി പ്രസ്ഥാനങ്ങൾക്ക് രൂപം കൊടുത്ത കാലഘട്ടത്തിൽ പാടിയ പാട്ടായിരിക്കും ഇതെന്ന് അനുമാനിക്കാവുന്നതാണ്. വർഗ്ഗബോധമുള്ള തൊഴിലാളിയുടെ സ്വപ്നമാണിത്. കാൾ മാർക്സിന്റെ ആഹ്വാനം ഉള്ളിന്റെയുള്ളിൽ ഉയിർത്തെഴുന്നേറ്റതിന്റെ ഫലമാണ് ഈ സ്വപ്നം. കരുത്തനായ ഒരു കമ്യൂണിസ്റ്റിന് മാത്രമേ ഇത്തരത്തിൽ സ്വപ്നം കാണാനും, കണ്ട സ്വപ്നം ചങ്കൂറ്റത്തോടെ ഉറക്കെപ്പാടാനും കഴിയുകയുള്ളൂ. തൊഴിലാളികളുടെ വർഗ്ഗബോധം ഇത്രത്തോളം ശക്തിയായി പ്രകടമാക്കുന്ന ഒരു നാടോടിപ്പാട്ട് മലയാളത്തിൽ ഇല്ലെന്നുതന്നെ പറയാം.

തൊഴിലാളിയുടെ സ്വപ്നം തുടരുന്നു:

ജന്മിത്തത്തിന്റെ കൊടുംക്രൂരതകളുടെ ആവിഷ്കാരമാണ് സ്വപ്നത്തിന്റെ തുടർന്നുള്ള ഭാഗം.

"മൈലാഞ്ചിക്കാട്ടിൽ തന്റെ സഹായി നിലവിളിക്കുന്നതായിട്ടാണ് തുടർന്ന് സ്വപ്നത്തിൽ കാണുന്നത്. "പൂവായ പൂവെല്ലാം ചോരതെറിച്ചെന്ന്" നിലവിളിക്കുന്ന തന്റെ ഭാര്യയെ-ദളിത സ്ത്രീകളുടെ പ്രതീകമാണ് നിലവിളിക്കുന്ന ഈ പറയി-സ്വപ്നത്തിൽ പറയൻ കണ്ടത്.

ദളിത സമൂഹത്തിൽ സ്ത്രീകൾ മുഴുവൻ തങ്ങളുടെ കാമപൂരണത്തിനുള്ള 'ചരക്കു'കളായി കണ്ടിരുന്ന സമ്പന്നന്റെ വർഗ്ഗസ്വഭാവമാണ് ഈ സ്വപ്നത്തിലൂടെ പ്രകടമാകുന്നത്. പെൺകുഞ്ഞുങ്ങൾ പൂക്കൾക്കു സമാനമാണ്. ജന്മിത്തത്തിന്റെ ക്രൂരഹസ്തങ്ങൾ കശക്കിയെറിഞ്ഞതിന്റെ -അവരുടെ ജീവിതം ചോരയിൽ മുക്കിക്കൊന്നതിന്റെ-ഞെട്ടലിൽ ഹൃദയം പൊട്ടുമാറ് നിലവിളിക്കുന്ന ദളിതസ്ത്രീകളുടെ പ്രതീകമായ പറയിയെ സ്വപ്നം കാണുകയാണ് ഈ തൊഴിലാളി.

താൻ കഠിനാദ്ധ്വാനം ചെയ്ത് വിളയിച്ച കറ്റ, കൊയ്തുമെതിച്ച നെല്ലു മുഴുവൻ തമ്പ്രാന്റെ അറ നിറച്ച ശേഷം തന്റെ കൂരയിൽ താൻ പട്ടിണി കിടന്നതുമായ ജീവിതാനുഭവം പറയന്റെ സ്വപ്നത്തിലൂടെ ഒഴുകിയെത്തി. ആ കാലഘട്ടത്തിലെ തൊഴിലാളിവർഗ്ഗം അനുഭവിച്ച പീഡനങ്ങളും പട്ടിണിയും വേദനകളും യാതനകളുമെല്ലാം അവൻ സ്വപ്നത്തിലൂടെ ദർശിക്കുകയാണ്.

തമ്പുരാന്റെ അടിമപ്പണി ചെയ്യാൻ മേലാളവർഗ്ഗവും അധികാരിവർഗ്ഗവും ചേർന്ന് വിധിക്കപ്പെട്ട തൊഴിലാളി വർഗ്ഗം ജന്മിത്തം അടിച്ചേല്പിച്ച എല്ലാ ദുഷ്ചെയ്തികളും സഹിച്ച് ദുരിതപൂർണ്ണമായി ജീവിതം തള്ളിനീക്കിയ ഒരു കാലം കേരളചരിത്രത്തിലുണ്ടായിരുന്നുവെന്നാണ് ഈ പാട്ടിന്റെ വരികളിലൂടെ നാം വായിച്ചെടുക്കുന്നത്. ഈ ദുരിതങ്ങൾക്ക്

അറുതിവരുമെന്നാണ് തൊഴിലാളിവർഗ്ഗം സ്വപ്നം കാണുന്നത്. അതിന് സംഘശക്തി ഉണർന്നെഴുന്നേല്ക്കുമെന്ന് അവൻ ആശിക്കുന്നു.

പില്ക്കാലത്ത് കമ്യൂണിസ്റ്റ് പ്രസ്ഥാനം അഹോരാത്രം പണിപ്പെട്ടു സംഘടിപ്പിച്ച തൊഴിലാളി - കർഷകത്തൊഴിലാളി പ്രസ്ഥാനങ്ങളുടെ ത്യാഗപൂർണ്ണമായ സമരങ്ങളിലൂടെയും നിലവിൽ വന്ന കമ്യൂണിസ്റ്റ് ഭരണകൂടങ്ങളുടെ നിയമനിർമ്മാണങ്ങളിലൂടെയും തൊഴിലാളിവർഗ്ഗത്തിന്റെ ജീവിതസാഹചര്യങ്ങളിൽ മാറ്റം വന്നുവെന്ന യാഥാർത്ഥ്യം തമസ്ക്കരിക്കാൻ ശ്രമിക്കുന്നവർ ചരിത്രത്തെ വളച്ചൊടിക്കുന്ന സ്ഥാപിത താല്പര്യക്കാരാണ്.

സ്വപ്നം തുടരുന്നു: "എന്റെ അഭിമാനം വേദനിക്കുന്നു: വാൾമുന പോലെ തുടിക്കുന്നു." എന്ന് പുതിയ തലമുറയെ ഉദ്ബോധിപ്പിക്കുന്നതായിട്ടാണ് സ്വപ്നം തുടരുന്നത്. പുത്തൻ തലമുറയെ വാൾമുനപോലെ തുടിക്കുന്നവരാക്കുന്നതാണ് - സമരസജ്ജരാക്കുന്നതാണ് ആ ആഹ്വാനം.

"ദളിതന്റെയും, അധഃസ്ഥിതന്റെയും 'തലയണി-കിടപ്പ്-അധഃസ്ഥിതാവസ്ഥ - മാറുമെന്നും മലയോളമുയരുമെന്നും (അധഃസ്ഥിതന്റെ അടിമത്തം അവസാനിച്ച് ഉയർച്ചയിലേക്ക് കുതിക്കുമെന്നും) അന്ന് ദളിത-അധഃസ്ഥിത-സ്ത്രീ വർഗ്ഗത്തിന്റെ പത്തി നിവരും - ശക്തി ഉണരും - എന്നും സ്വപ്നം തുടരുകയാണ്. സ്വപ്നം യാഥാർത്ഥ്യമായെന്നാണ് സ്വപ്നത്തിന്റെ തുടർച്ച.

വർഗ്ഗ സമരത്തിന്റെ കൊടുങ്കാറ്റ് ആഞ്ഞടിച്ചു. സമരം വിജയിച്ചു. അതിന്റെ ലഹരിയിൽ പ്രകൃതി പുളകമണിഞ്ഞു. കാറ്റിന്റെ പൊട്ടിച്ചിരി സമരവിജയത്തിന്റെ ലഹരിയായി. പ്രപഞ്ചം മുഴുവൻ സന്തോഷത്തിലാറാടി. ജീവിതത്തിൽ ഇതുവരെ കരയാത്ത കരച്ചിൽ - സന്തോഷം കൊണ്ടുള്ള കരച്ചിൽ - മൂലം ഉണ്ടാകുന്ന കണ്ണുനീർ - സന്തോഷാശ്രു - തൂകി പുതുമഴ പോലെ കരയാൻ ആഗ്രഹം തോന്നുന്നു. ജന്മിത്തത്തെ കുരുതികൊടുത്ത കളത്തിൽ ഉരുളാൻ പൂതിയുണ്ടെന്നും സ്വപ്നം കണ്ടു.

അടിയാളന്റെ അടക്കി നിർത്തിയിരുന്ന ദുഃഖം ചിറപൊട്ടിയൊഴുകുമെന്നും, വർഗ്ഗസമരത്തിന്റെ വിജയത്തിൽ ആഹ്ലാദത്തിന്റെ പൊട്ടിച്ചിരി ഉയർന്നുപൊങ്ങുമെന്നും സന്തോഷാശ്രുക്കൾ പുതുമഴ പോലെ പൊഴിച്ചുകൊണ്ട് അധീശവർഗ്ഗത്തെ കുരുതികൊടുത്ത കുരുതിക്കളത്തിൽ ഉറഞ്ഞുതുള്ളാനും ഉറക്കെച്ചിരിക്കാനുമുള്ള അടിയാളവർഗ്ഗത്തിന്റെ ആഗ്രഹമാണ് ഈ പാട്ടിലുള്ളത്.

ഒരു കാലത്ത് ജന്മിവർഗ്ഗത്തിനുവേണ്ടി അടിമപ്പണി ചെയ്ത് വേദനകളും യാതനകളും മാത്രം അയവിറക്കി ദുരിതക്കയങ്ങളിൽ നീന്തിത്തുടിച്ചിരുന്ന പണിയെടുക്കുന്നവന്റെ വേദനകളും പ്രത്യാശകളും പ്രതിഫലിക്കുന്ന ഈ നാടോടി വിപ്ലവഗാനം അടിസ്ഥാനവർഗ്ഗത്തിന്റെ സ്വഭാവമികവിനെയും, ഒരു കാലഘട്ടത്തിന്റെ സാമൂഹികാവസ്ഥകളെയും ചരിത്രയാഥാർത്ഥ്യങ്ങളെയും സംഘശക്തികളെയും ഓർമ്മപ്പെടുത്തുന്നു.

22. അടിയങ്ങളെ ലച്ചിക്കണേ

താനിന്ന തന്നാനാനോ

താനിന്ന തന്നാനാനോ
താനിന്ന തന്നാനാനോ
താനിന്ന തന്നാനാനോ (2)
തെക്കിന്നും വടക്കിന്നും
മലവെള്ളം കേറിവരുന്നേ
കേക്കിന്നൊരു കോളുവരുന്നേ
മലമേലെ കേറിവരുന്നേ.
താനിന്ന.................
മലവെള്ളം കേറിവരുന്നേ
പാലത്തുമ്മേലെ വരുന്നേ
മലവെള്ളം കേറിവരുന്നേ
പാടത്തുമ്മേലെ വരുന്നേ
താനിന്ന ....
വാതപ്പനി തുള്ളിവരുന്നേ
ഏനെന്തൊരു തൊന്തരവാണേ
ഏനെങ്ങനെ വേലയ്ക്കെത്തും
അടിയങ്ങള് പട്ടിണിയാണേ
താനിന്ന ....
കലിതുള്ളിക്കേറി വരുന്നേ
കലിമൂത്തൊരു തേവതയാണേ
അടിയങ്ങളെ ലച്ചിക്കേണേ
അമ്പോറ്റീ തമ്പോറ്റിയേ-
അമ്പോറ്റീ തമ്പോറ്റിയേ-
താനിന്ന ....
കേക്കിന്ന് - കിഴക്കുനിന്ന്
പാലത്തുമ്മേലേ - പാലത്തിനു മുകളിൽ
ഏന് - എനിക്ക്
തൊന്തരവ് - ഉപദ്രവം, കുഴപ്പം
ലച്ചിക്കേണേ - രക്ഷിക്കണേ
അമ്പോറ്റി - ഈശ്വരൻ

സ്വന്തം അദ്ധ്വാനത്തിന്റെ ഫലം നഷ്ടപ്പെടുമ്പോഴുള്ള വേദന മറ്റുള്ളവരേക്കാൾ ഏറ്റവും കൂടുതൽ ഉണ്ടാകുന്നത് അദ്ധ്വാനം വിറ്റു ജീവിക്കുന്ന തൊഴിലാളിക്കാണ്.

വളരെ പഴക്കമുള്ള ഒരു നാടോടിപ്പാട്ടാണിത്. ജന്മിക്കുവേണ്ടി അടിമപ്പണി ചെയ്യുന്ന കാലത്തേതാണ് ഈ പാട്ട്. താൻ അദ്ധ്വാനിച്ച് കൃഷിയിറക്കിയ പാടം നൂറുമേനി വിളയുന്നത് കണ്ട് മനം കുളിർക്കുന്ന തൊഴിലാളി. നിലം ജന്മിയുടേതു തന്നെ. അതിൽ കൃഷി ചെയ്ത് നൂറുമേനി വിളയിക്കാനുള്ള അവകാശം പരമ്പരാഗതമായി തനിക്കു കിട്ടിയതാണെന്നു കരുതിയാണ് തൊഴിലാളി പ്രയത്നിക്കുന്നത്. അപ്രതീക്ഷിത

മായി കടന്നാക്രമിച്ച പേമാരിയിൽ നെല്പാടം വെള്ളത്തിൽ മുങ്ങിയമരുന്നതു കണ്ടു ചങ്കു തകർന്ന് നിലവിളിക്കുന്ന തൊഴിലാളിയെയാണ് ഈ പാട്ടിലൂടെ നാം കാണുന്നത്.

താൻ അദ്ധ്വാനിച്ചു വിളയിച്ച നെല്പാടം മലവെള്ളത്തിനടിയിലാകുന്നത് സഹിക്കാനാവാതെ നിലവിളിക്കുന്ന കർഷകത്തൊഴിലാളി, കൊയ്ത്തുകഴിഞ്ഞ് തമ്പ്രാന്റെ അറനിറയ്ക്കുന്നതു വരെ അതിന്റെ അവകാശി താനാണെന്നു കരുതി പാടത്ത് കാവൽ കിടക്കുകയാണ്. ന്യായമായ കൂലിപോലും നല്കാത്ത ജന്മിയോടുള്ള സർവ്വ വിദ്വേഷവും മറന്ന് തന്റെ അദ്ധ്വാനഫലം നശിക്കുന്നതു കണ്ടു വിലപിക്കുന്ന തൊഴിലാളിയുടെ സാംസ് കാരികപ്പെരുമയാണ് ഈ പാട്ടിൽ പ്രകടമാക്കുന്നത്. തൊഴിലാളിയുടെ വർഗ്ഗബോധത്തിന്റെ മഹിമ ഈ പാട്ടിൽ ദർശിക്കാം.

23. അവരും നമ്മട വയലിലേ

അത്തിനിന്തക തിനിന്തി തിന്തക
തിനിന്തി തിന്തക താരിതോ (2)
വട്ടടിച്ചു മരത്തേച്ചവിട്ടി
മരത്തിലടിയുന്നുഴവെല്ലാം
കാളിക്കുട്ടി കണ്ണന്ത്രപ്പാപ്പി
അവരും നമ്മട വയലിലേ
ചെറുചൂടാര്യൻ ചെമലാര്യൻ
അവരും നമ്മട വയലിലേ
അവരും............................
അത്തിനിന്തക.....................
തെക്കൻ കുരികലും തേനൊത്ത പാപ്പി
അവരും നമ്മട വയലിലേ
ചെറുചൂടാര്യൻ ചെമലാര്യൻ
അവരും നമ്മടെ വയലിലേ
അവരും ....
അത്തിനിന്തക....................
കാളിക്കുട്ടീം മതങ്കൻ നായരും
അവരും നമ്മട വയലിലേ
ചെറുകുറുപ്പ ചെറുവിരിപ്പു
അവരും നമ്മട വയലിലേ
അവരും....
അത്തിനിന്തക..........................
മൂത്തവരും ചാഞ്ഞവരും
ഒരു നിരവിനു നിരക്കട്ടേ
പിള്ളയൊള്ള തള്ളമാരും
ഒരു നിരവിനു നിരക്കട്ടേ

ഒരു നിരവിനു..................
അന്തിനിന്തക.................
വേലക്കള്ളികൾ പെൺകുറുമർ
ഒരു നിരവിനു നിരക്കട്ടേ
നത്തുകണ്ണികൾ നാന്മുലച്ചികൾ
ഒരു നിരവിനു നിരക്കട്ടേ-
ഒരു നിരവിനു..............
അത്തിനിന്തക.................
മൂത്തവരും ചാഞ്ഞവരും
കോടിനിരയ്ക്കു നിരക്കുന്നേ
പുള്ളയൊള്ള തള്ളമാരും
നടുനിരയ്ക്കു നിരക്കുന്നേ
നടുനിരയ്ക്കു...............
അത്തിനിന്തക.....................
വേലക്കള്ളികൾ പെൺകുറുമർ
ഒരു നിര വന്നു നിരക്കുന്നേ
വാച്ചഞാറും പേണിപ്പറിച്ച്
പറിച്ചുടൻ കെട്ടി മുടിയാട്ടം
പറിച്ചുടൻ....................
അത്തിനിന്തക........................
പറമ്പിക്കിളി നെരക്കുമ്പോലെയീ-
ഞാറ്റുപിടിയും നെരക്കട്ടെ.
കള്ളികൾ ഞാറു പറിക്കയും ചില
പുള്ളകൾ ഞാറു ചുമക്കയും
മേവയലിൽ പറിക്കും കള്ളികൾ
സംഘം ചൊല്ലിച്ചിരിക്കുന്നേ-
സംഘം ചൊല്ലി..................
അത്തിനിന്തക....................
ആയിച്ച മീനെല്ലാം പൊമ്മാൻ തിന്നിട്ടും
പൊമ്മാൻ വന്നെന്നെ കൊല്ലുന്നേ
വട്ടക്കൊടപിടിച്ചോമനമനത്തമ്പിരാൻ
വരമ്പുമ്മീതേ നടക്കുന്നേ
വരമ്പുംമീതേ നടക്കുന്നേ
വട്ടിവയറൻ തമ്പുരാനാ
വരമ്പുമീതേ നടക്കുന്നേ-
വരമ്പും.................
അത്തിനിന്തക......................
ആളുകൾ കേറുന്നാരവം കേട്ടിട്ട്
അറകൾ തല്ലിത്തുറക്കുന്നേ

കൊട്ടവന്നു കൂലി വന്നു
വരമ്പും മീതെ ഇരിക്കുന്നേ-
വരമ്പും മീതേ ഇരിക്കുന്നേ
അത്തിനിന്തക.............
വട്ടക്കൊടപിടിച്ചോമനത്തമ്പിരാൻ
കൂലിയളന്നു കൊടുക്കിണേ
ആളുകണ്ടും തരങ്ങളു കണ്ടും
കൂലിയളന്നു കൊടുക്കിണേ
കൂലിയളന്നു കൊടുക്കിണേ.
അത്തിനിന്തക...........
അരികറുക ചെറുകറുക
വിത്തുവാരിയെടുക്കണേ
കല്ലട നെല്ലട ജീരകച്ചെമ്പാ
വിത്തുവാരിയളക്കണേ
വിത്തുവാരിയളക്കണേ
അത്തിനിന്തക....
മുത്തിമാർക്കും മുതുമിമാർക്കും
ഒന്നരവിത്തു കൂലിയും

പാടത്തു പണിയെടുക്കുന്ന കർഷകത്തൊഴിലാളികൾ ഞാറു നടീൽ കളപറിക്കൽ. കൊയ്ത്ത്, മെതി തുടങ്ങിയ കാർഷിക വൃത്തികളിൽ ഏർപ്പെടുമ്പോൾ പാടുന്ന പാട്ടാണിത്. തൊഴിൽ മേഖലയിൽ മാത്രം കണ്ടുവരാറുള്ള മതേതര സ്വഭാവം ഈ പാട്ടിലുണ്ട്. എല്ലാ ജാതി മത വിഭാഗങ്ങളിലുംപ്പെട്ട തൊഴിലാളികൾ ഒറ്റ മനസ്സോടെ, സ്നേഹവും സാഹോദര്യവും ഐക്യവും നിലനിർത്തി പണിയെടുക്കുന്നു. ഇത് തൊഴിലാളികളുടെ മഹത്തായ വർഗ്ഗബോധം പ്രകടമാക്കുന്ന പ്രവൃത്തിയാണ്. എല്ലാ പ്രായത്തിലും പെട്ട സ്ത്രീപുരുഷന്മാരുടെ കൂട്ടായ്മ നമ്മുടെ തൊഴിലിടങ്ങളുടെ പ്രത്യേകതയായിരുന്നു ഒരു കാലത്ത്. അത്തരം മേഖലകളിൽ ഹിന്ദുവും ഇസ്ലാമും ക്രിസ്ത്യാനിയും ഇല്ല. മനുഷ്യൻ മാത്രമേയുള്ളൂ. അതാണ് തൊഴിലാളിയുടെ വർഗ്ഗസ്വഭാവം. അത് ഈ പാട്ടിന്റെ വരികൾക്കുള്ളിൽ നമുക്കു വായിച്ചെടുക്കാനാവും.

കമ്യൂണിസ്റ്റ് പ്രസ്ഥാനം ജന്മം നല്കി വളർത്തിയെടുത്ത തൊഴിലാളി വർഗ്ഗത്തിന്റെ ഈ മതേതര സ്വഭാവം പില്ക്കാലത്ത് ജാതിമത ശക്തികൾ സ്വാധീനം ചെലുത്തിയതോടെ നഷ്ടപ്പെടാൻ തുടങ്ങിയെങ്കിലും കമ്യൂണിസ്റ്റ് പ്രസ്ഥാനങ്ങളുടെ നിയന്ത്രണത്തിലുള്ള തൊഴിലാളിവർഗ്ഗം ആ മതേതര സ്വഭാവം നിലനിർത്തുന്നത് ആശ്വാസകരം തന്നെ.

തൊഴിലിടങ്ങളിലെ സ്നേഹവും സാഹോദര്യവും സംഘബോധവും തൊഴിലിനോടുള്ള ആഭിമുഖ്യവുമെല്ലാം ഈ പാട്ടിൽ തെളിഞ്ഞു കാണാവുന്നതാണ്. തൊഴിലാളികൾക്കിടയിൽ മാത്രം കാണുന്ന ഈ സ്വഭാവ ഗുണങ്ങൾ. അവരുടേതു മാത്രമായ വർഗ്ഗഗുണങ്ങളാണ്.

ജന്മിക്കുവേണ്ടി ജന്മിയുടെ പാടത്തിലാണ് തൊഴിലാളികൾ പണിയെടുക്കുന്നതെങ്കിലും ആ പാടം "നമ്മുടേതാണ്" എന്നു വിചാരിച്ചു പണിയെടുക്കാനുള്ള മനസ്സ് തൊഴിലാളികൾക്കു മാത്രമുള്ളതാണ്. ആ തൊഴിലിടങ്ങളിൽ ഒരു തരത്തിലുള്ള ഭിന്നതയുമില്ല. "പാപ്പിയും, കാളിയും, മതങ്കൻ നായരും കുറുമരും, മൂത്തവരും, തള്ളമാരും, പുള്ളകളും' എല്ലാം ഒരുമിച്ചു ചേർന്നു പണിയെടുക്കുന്ന ഉത്സവ കേന്ദ്രമാക്കി അവർ തൊഴിലിടങ്ങളെ മാറ്റിയെടുക്കുന്നു.

"നേടിയ മീനെല്ലാം പൊന്മാൻ തിന്നിട്ടും പൊന്മാൻ വന്നെന്നെ കൊല്ലുന്നേ" എന്ന പാട്ടിലെ വരികൾ ജന്മിമാരുടെ "തങ്ങൾ അദ്ധ്വാനിച്ചുണ്ടാക്കുന്നതെല്ലാം ജന്മിമാർ പത്തായം നിറയ്ക്കുന്നു എന്ന" സ്വഭാവത്തെ പരോക്ഷമായി വിമർശിക്കുന്നവയാണ്.

തങ്ങൾ അദ്ധ്വാനിക്കുമ്പോൾ "വരമ്പിലൂടെ വട്ടക്കൊടയും പിടിച്ചു നടക്കുന്ന വട്ടിവയറൻ തമ്പുരാൻ" തങ്ങളുടെ സംഘബലത്തിന്റെ ആരവംകേട്ട് അറകൾ തുറന്ന് തൊഴിലാളികൾക്ക് കൂലി നല്കാൻ നിർബ്ബന്ധിതനായി എന്നും പാട്ടിൽ ധ്വനിയുണ്ട്.

തൊഴിലാളി വർഗ്ഗത്തിന് തൊഴിലിനോടുള്ള കൂറും, മാനവികതകളോടുള്ള ആഭിമുഖ്യവും നീതികേടിനോടുള്ള അമർഷവും പ്രകടമാക്കുന്നതാണ് ഈ പാട്ട്.

24. മരമടിയുടെ തുരിശം

തന്തന്നാനി തനി തന്നാനി തനി
തന്നാനീ തന്നാ നാ
തന്തന്നാനി തനി തന്നാനി തനി
തന്നാനീ തന്നാനാ
അക്കരയിലെ മരക്കണ്ടത്തി
മരമടിയുടെ തുരിശമേ - ഹൊയ്
മരമടിയുടെ തുരിശമേ
ചെമ്പോരേനേം മാമ്പോരേനേം
എടത്തും വലത്തും വച്ചുകെട്ടേ - ഹൊയ്
എടത്തും വലത്തും വച്ചുകെട്ടേ - അക്കരയിലെ-
ചെമ്പോരൻ ചെന്നു മുട്ടുമടക്കുമ്പം-
-തിത്തകതാരാ-
മാമ്പോരൻ ചെന്നു തട്ടിയെളക്ക്-
    -തിത്തകതാരാ-
മാമ്പോരൻ ചെന്നു മുട്ടുമടക്കുമ്പം-
    -തിത്തകതാരാ-
ചെമ്പോരൻ ചെന്നു തട്ടിയെളക്ക്
    -തിത്തകതാരാ-
ഹൊയ് ഹൊയ് തിത്തകതാരാ - (3)

അക്കരയിലെ മരക്കണ്ടത്തി
മരമടിയുടെ തുരിശമേ - ഹൊയ്
മരമടിയുടെ തുരിശമേ
കരട്ടിമീനും കുരിശിക്കട്ടയും
മരത്തിനും മീതെ മറിയുന്നേ - ഹൊയ്
പറിക്കുന്നേ ഞാറുലയ്ക്കുന്നേ ഞാറ്
-തിത്തകതാരാ-
പറിച്ചു പിടികെട്ടിയെറിയുന്നേ-
-തിത്തകതാരാ-
പച്ചക്കിളി വന്നു വിമ്പോലേ എന്റെ
-തിത്തകതാരാ-
ഞാറ്റുകിളിചെന്നു വീഴട്ടേ-
-തിത്തകതാരാ-
ഹൊയ്ഹൊയ് തിത്തകതാരാ - (3)
തുരിശം - ജാഗ്രത, ചുറുചുറുക്ക്
കുരിശിക്കട്ട - കുക്കിരിക്കട്ട - ചെളിക്കട്ട
വീമ്പോലെ - വീഴുമ്പോലെ - വീഴുന്നതു പോലെ

മരമടിക്കുമ്പോൾ പാടുന്ന ഈ കൃഷിപ്പാട്ടിലും കാണുന്നത് തൊഴിലാളി വർഗ്ഗത്തിന്റെ സഹജീവി സ്നേഹമാണ്. സ്നേഹം, സാഹോദര്യം, സഹകരണം, സംഘബോധം, പ്രകൃതി സ്നേഹം, സഹജീവി സ്നേഹം തുടങ്ങിയ മാനവികതകൾ തൊഴിലാളിവർഗ്ഗത്തിന്റെ സ്വഭാവവൈശിഷ്ട്യങ്ങളാണ്. അവയാണ് ഈ പാട്ടിലും കാണുന്നത്. തങ്ങൾ പോറ്റിവളർത്തുന്ന ജീവജാലങ്ങളെ മനുഷ്യനു തുല്യം സ്നേഹിക്കാനുള്ള മനസ്സ് തൊഴിലാളിവർഗ്ഗത്തിന്റെ സ്വത്വമാണ്.

മരമടിക്കാനുപയോഗിക്കുന്ന കാളകളാണ് ചെമ്പോരനും മാമ്പോരനും. മരമടിയുടെ ഇടയിൽ തളർന്ന് മുട്ടുമടങ്ങുന്ന കാളകൾ പരസ്പരം സഹായിച്ച് എഴുന്നേല്ക്കാൻ ആഹ്വാനം ചെയ്യുന്ന തൊഴിലാളിയുടെ മനുഷ്യത്വം എല്ലാക്കാര്യങ്ങളിലും മനുഷ്യനും ഉണ്ടായിരിക്കണമെന്ന ഉദ്ബോധനമാണ് ഈ പാട്ടിലുള്ളത്. അവശതയനുഭവിക്കുന്നവന് കൈത്താങ്ങായിരിക്കണം തൊഴിലാളി എന്ന സന്ദേശമാണ് ഈ പാട്ടു നല്കുന്നത്.

25. എന്നു കൊണ്ടുപോകും നീ?

തമ്പുരാൻ തിരുമുമ്പിൽ
കുമ്പിടും പണിപോരാ
അന്തിയായാൽ പുഞ്ചയ്ക്ക്
നീര് തേവിക്കൂട്ടണം
പുഞ്ചനീര് നക്കുമ്പം
പുള്ള് പീച്ച കൂട്ടുമ്പം
ഞാനയഞ്ഞ് മാടത്തെ

പായിലങ്ങ് കോട്ന്നേ.
എള്ളെല്ലാണങ്ങ്ന്നെണ്ണയ്ക്ക്
പുല്ലൊണങ്ങ്ന്നാലയ്ക്ക്
ഞാനൊണങ്ങിത്തീര്ന്നേ
പാലിയത്തോറെ പള്ളയ്ക്ക്
അച്ഛനും കൊണംപോരാ
അമ്മയും ചെതം പോരാ
കച്ചയും കണികാണാ
മട്ടിലെന്നെ കാണ്ന്ന്
കൂടണഞ്ഞ മാരന്റെ
മാറണിഞ്ഞ മാംഗല്യം
ഏറെ നീണ്ടു നിന്നില്ല
പോയി, പിന്നെ വന്നില്ല.
"കൈതമലക്കുന്നിന്റെ
തായെ വെള്ളച്ചാല്ന്ന്
നീരൊഴുക്കും പോലെന്റെ
കരളിലെന്തേ പായ്ന്ന്
എന്തുകൊണ്ട് നീ എയ്തീ
എന്റെ തലേ തമ്പായേ
എന്നു കൊണ്ടുപോകും നീ
എന്ന മേലേ തമ്പായേ

പീച്ചകൂട്ടുക - ശബ്ദമുണ്ടാക്കുക
കോട്ന്നു - ചുരുണ്ടുകൂടുന്നു - കിടക്കുന്നു
പാലിയത്തോര് - പാലിയത്തെ യജമാനൻ
കൊണം - സുഖം. ചെതം - ആരോഗ്യം
കച്ച - വസ്ത്രം. മാരൻ - ഭർത്താവ്
എയ്തി -എഴുതി
തമ്പായേ - തമ്പുരാനേ

വിധവയായ ഒരു കർഷക സ്ത്രീയുടെ ദയനീയമായ നിലവിളിയാണ് ഈ പാട്ടിൽ തെളിഞ്ഞു കാണുന്നത്.

ജന്മിത്തം കൊടികുത്തി വാണിരുന്ന കാലത്ത് അതിന്റെ വർഗ്ഗസ്വഭാവത്തിനനുസൃതമായി അടിമപ്പണി ചെയ്യേണ്ട ഗതികേടിലായിരുന്നു അന്നത്തെ തൊഴിലാളി വർഗ്ഗം.

"തമ്പുരാന്റെ തിരുമുമ്പിൽ ചെയ്തു തീർക്കേണ്ട പണികൾക്ക് അവസാനമില്ല. സന്ധ്യയാകുമ്പോൾ മുതൽ പുഞ്ചയ്ക്ക് വെള്ളം തേകിത്തുടങ്ങണം. പുഞ്ചപ്പാടങ്ങളിലാകെ വെള്ളം നിറച്ച ശേഷം വെളുപ്പാൻകാലത്ത്, പുള്ളു ചിലയ്ക്കുന്ന സമയത്താണ് മാടത്തിലെത്തി ചുരുണ്ടുകൂടുന്നത്.

എള്ളുണങ്ങുന്നത് എണ്ണയ്ക്ക്. പുല്ലുണങ്ങുന്നത് ആലയ്ക്ക്. ഞാനുണങ്ങുന്നത് പാലിയത്തെ തമ്പുരാന്റെ വളർച്ചയ്ക്ക്.

ഞാൻ മറ്റുള്ളവർക്കുവേണ്ടി രാപ്പകൽ അദ്ധ്വാനിക്കുന്നു. എന്റെ അവസ്ഥ എത്ര കഷ്ടം! അച്ഛനു സുഖമില്ല. അമ്മയും രോഗി തന്നെ. ഉടുതുണിക്കു മറുതുണിപോലുമില്ലാത്ത നിത്യദാരിദ്ര്യത്തിലാണു ഞാൻ. സ്നേഹസമ്പന്നനായിരുന്ന ഭർത്താവ് എന്നെന്നേക്കുമായി തനിക്ക് നഷ്ടമായി. അദ്ദേഹം അകാലത്തിൽ മരണപ്പെട്ടു. കൈതമലക്കുന്നിന്റെ താഴത്തെ നീരൊഴുക്കുപോലെ എന്റെ കരളിൽ നീരൊഴുക്കാണ്. ഈശ്വരാ! എന്റെ തലയിലെഴുത്തിങ്ങനെയായല്ലോ! എന്നെ എന്നാണു നീ മേലോട്ടു വിളിക്കുന്നത്?"

ജന്മി വർഗ്ഗത്തിന്റെ ആധിപത്യം സർവ്വ മേഖലകളിലും അഴിഞ്ഞാടിയിരുന്ന ഒരു കാലഘട്ടത്തിലെ തൊഴിലാളി വർഗ്ഗത്തിന്റെ ദയനീയാവസ്ഥയെ വരച്ചു കാട്ടുന്നതാണ് ഈ പാട്ട്. അതിമനോഹരമായ ഒരു ഭാവഗാനം. തൊഴിലാളിയുടെയും ജന്മിയുടെയും വർഗ്ഗസ്വഭാവം വെളിവാക്കുന്ന ഈ പാട്ട് കേരളചരിത്രത്തിന്റെ സുപ്രധാനകാലഘട്ടത്തെ സാക്ഷ്യപ്പെടുത്തുന്നു.

25. ഒന്നല്ലേ ചോര?

പൊലിക പൊലിക
    പൊലിക ദൈവമേ
പൊലിക പൊലിക
    പൊലിക ദൈവമേ
ആദിയിൽ വച്ചൊരു
    അരിയും പൊലിക
കത്തിച്ചു വച്ചൊരു
    ദീപം പൊലിക
ഊരു പൊലിക ഉലകം പൊലിക
നാടു പൊലിക നഗരം പൊലിക
വൈനാടോൻ വൈനാടോൻ
വൈനാടോൻ പുഞ്ച
വൈനാടോൻ പുഞ്ചേലേ
വഴിപൊരുന്നേരം
അങ്ങുന്നു വരുന്നത്
കോറാള് പോലും
കൊറാളെകൂടെയൊരു
*കോയിലു*മുണ്ട്.
കോയില് കൂടെയൊരു *മാച്ചറു*മുണ്ട്
തിരിതിരി തിരിതിരി കള്ളപ്പുലയാ
തിരിയെന്നു ചൊന്നാൽ തിരിയുമോ നാങ്കൾ?
*തിരി*യെന്നു ചൊന്നതിൻ കാരണമെന്ത്?

തിരിയെപ്പറയണമെന്നോടിപ്പോഴേ
ഉക്കത്ത് കുഞ്ഞൊണ്ട്
തലയിലും കള്ള്
എങ്ങനടിയൻ *വഴിതിരിയേണ്ടു?*
അങ്ങെല്ലാം കാടെങ്കിൽ
ഇങ്ങെല്ലാം മുള്ള്
ഏറെപ്പറഞ്ഞാല്
വഴിയൊട്ടും *തിരിയാ*
ഞാൻ തന്ന തോണി-
കടന്നില്ലേ *ചൊവ്വറ്*
തോണിക്കകത്ത് നീർ-
കണ്ടില്ലേ ചൊവ്വറ്
ഞാൻ തന്ന തേങ്ങ-
യുടച്ചില്ലേ ചൊവ്വറ്
തേങ്ങയ്ക്കകത്ത് നീർ-
കണ്ടില്ലേ ചൊവ്വറ്
നാങ്കളെ കുപ്പയിൽ-
നട്ടൊരു *തൃത്താ-*
പ്പൂവല്ലോ നിങ്ങളെ
തേവന് മാല
നാങ്കളെ കുപ്പയിൽ-
നട്ടൊരു വാഴ-
പ്പഴമല്ലോ നിങ്കളെ
തേവനു പൂജ
ചൊവ്വറ് പലർ കൂട
മേലോത്തു കൂടും
നാങ്കള് പലർ കൂട
മന്നത്തു കൂടും
വീരാളിചുറ്റി
നടപ്പുണ്ട് ചൊവ്വറ്
മഞ്ചട്ടി ചുറ്റി
നടപ്പുണ്ട് നാങ്കൾ.
ചന്ദനം ചാർത്തി
നടപ്പുണ്ട് ചൊവ്വറ്
ചേറുമണിഞ്ഞ്
നടപ്പുണ്ട് നാങ്കൾ
പൊൻകോയ ചൂടി
നടപ്പുണ്ട് ചൊവ്വറ്
ചേറുമണിഞ്ഞ്

നടപ്പുണ്ട് നാങ്കൾ
ചൊവ്വർ പലർകൂട
നാടുപഴുക്കും
നാങ്കൾ പലർകൂട
തോടു പഴുക്കും
ആനപ്പുറത്തേറി
ചൊവ്വറ് വരുമ്പോ
പോത്തിൻ പുറം കേറി
നാങ്കൾ വരുവൻ
തിരുമുറ്റം ചുറ്റും
നടപ്പുണ്ട് ചൊവ്വറ്
കളപ്പുര ചുറ്റും
നടപ്പുണ്ട് നാങ്കൾ
നാങ്കളെ കൊത്ത്യാലും
ഒന്നല്ലേ ചോര.
പെരിയോന്റെ കോയിക്കൽ
എല്ലാരും ചെന്നാൽ
അവിടേയ്ക്കു നാങ്കളും
നിങ്ങളുമൊക്കും
പിന്നെന്തേ ചൊവ്വറേ
കുലം പിശക്ന്ന്?
പിന്നെന്തേ ചൊവ്വറ്
കുലം പിശക്ന്ന്?

പൊലിക - പൊലിയുക. വളരട്ടെ
വൈനോടൻ - വയനാടൻ
കോളാറ് - കോറാള്
കോറുക - വിചാരിക്കുക
കോറ് + ആള് - കോറാള് - ഉപദേശകൻ,
പരിശോധകൻ, മേലധികാരി

കോയില് - മാപ്പിളമാരെ അഥവാ ക്രിസ്ത്യാനികളെ വിളിക്കുന്ന പേര്.

മാച്ചറ് - കെട്ടിടങ്ങൾക്ക് കല്ലുകൊണ്ട് ചുമർ പണിയുന്നവർ.

ഇവിടെ മേലാളരെ സേവിക്കുന്നവർ- മണിയടിക്കുന്നവർ - എന്നർത്ഥം

തിരി - വഴിമാറുക - തിരിഞ്ഞു പോവുക
തിരിയാ - അറിയുകയില്ല.
തിരിയെപ്പറയണം - മറുപടി പറയണം
ഉക്കത്ത് - ഒക്കത്ത്

കളപ്പുര - നെല്പുര
ചൊവ്വറ് - ചോവർ - ചൊവ്വുള്ളവർ, ചൊല്
വോർ, അറിവുള്ളവർ
തൃത്താവ് - കൃഷ്ണതുളസി
മേലോത്ത് - മതിലകത്ത്
നാങ്കൾ - ഞങ്ങൾ
നീങ്കൾ - നിങ്ങൾ
മന്നത്ത് - മന്നത്തിൽ - മന്നം - പുലയരുടെ ആരാധനാലയം, ചാരായക്കട
വീരാളിപ്പട്ട് - പല നിറങ്ങളിലുള്ള പട്ട്.
മഞ്ചട്ടി - ഒരുതരം പച്ചില (ഒരു പച്ചമരുന്നാണിത്)
ഇവിടെ ഇലകൾ - പച്ചയില വസ്ത്രമായി ചുറ്റിനടക്കുന്നുവെന്ന് ആശയം
പൊൻകോയ - പൊന്മാല
മീൻകോയ - മീൻമാല
കൊത്ത്യാലും - കൊത്തിയാലും
പഴുക്കുക -പകുക്കുക - കാലം കഴിക്കുക.
ഒക്കും - തുല്യമാകും.
പെരിയോൻ - ഈശ്വരൻ
കുലം പിശകുന്നു - ജാതി പറയുന്നു

ഇത് വളരെ പ്രസിദ്ധമായ പൊട്ടൻ തെയ്യത്തിന്റെ കാതലായ ഭാഗമാണ്

ശ്രീനാരായണഗുരു 'നമുക്കു ജാതിയില്ല' എന്ന മഹത്തായ സന്ദേശം മനുഷ്യരാശിയുടെ മുന്നിൽ അവതരിപ്പിച്ചതിനും നൂറ്റാണ്ടുകൾക്ക് മുൻപ് പൊട്ടൻ തെയ്യത്തിലൂടെ അജ്ഞാതനായ ഒരു മനുഷ്യസ്നേഹി ജാതി ചിന്തയ്ക്കെതിരെ ശക്തിയായി പ്രതികരിച്ചിരിക്കുന്നു. ഈ തോറ്റം പാട്ടിലൂടെ.

(വി എസ് അച്യുതാനന്ദൻ ഗവൺമെന്റിന്റെ കാലത്ത് ഈ കാവ്യഭാഗം എട്ടാംതരത്തിലെ മലയാളം പാഠാവലിയിൽ ഉൾപ്പെടുത്തിയിരുന്നു. അക്കാലത്ത് മതമേധാവികളും ജാതിക്കോമരങ്ങളും പിന്തിരിപ്പൻ ശക്തികളും ആ പാഠഭാഗം ഉൾപ്പെടുത്തിയതിനെതിരെ ഉറഞ്ഞു തുള്ളിയത് പ്രബുദ്ധകേരളം മറന്നുകാണുകയില്ല)

പൊട്ടൻതെയ്യത്തിന്റെ കഥാതന്തു വിപ്ലവാത്മകമാണ്. മേലാളവർഗ്ഗത്തിന്റെയും ദളിത വർഗ്ഗത്തിന്റെയും സംഘട്ടനത്തിന്റെ കഥയാണിത്. തൊഴിലാളി വർഗ്ഗത്തിന്റെയും സമ്പന്ന വർഗ്ഗത്തിന്റെയും ഏറ്റുമുട്ടലിന്റെ കഥയാണ്; വർഗ്ഗസമരത്തിന്റെ കഥയാണ്.

സർവ്വജ്ഞപീഠ ലബ്ധതയ്ക്കായി കാശിയിലേക്ക് യാത്രതിരിച്ച ശങ്കരാചാര്യരെ പരീക്ഷിക്കാനും അദ്ദേഹത്തിന്റെ അഹന്തയ്ക്കറുതി വരുത്താ

നുമായി ശ്രീപരമേശ്വരനും പാർവ്വതിയും പുലയന്റെയും പുലയിയുടെയും വേഷത്തിൽ ഭൂമിയിലെത്തി. ഒരു ഊടുവഴിയിൽ വച്ച് അവർ ശ്രീശങ്കരനുമായി സന്ധിച്ചു. പുലയൻ തീണ്ടാതിരിക്കാൻ ശങ്കരാചാര്യർ ഒച്ചവയ്ക്കുകയും തിരിച്ചുപോകാൻ പുലയനോട് ആവശ്യപ്പെടുകയും ചെയ്തു. പുലയൻ ആത്മീയ തത്ത്വങ്ങൾ പറഞ്ഞ് ആചാര്യനെ ബോധവല്ക്കരിച്ചു. പുലയൻ ശിവനാണെന്ന് തിരിച്ചറിഞ്ഞ ശങ്കരാചര്യർ തെറ്റു മനസ്സിലാക്കി ശിവനെ നമസ്കരിച്ചു. അതിനു ശേഷം ശ്രീശങ്കരാചാര്യർ രചിച്ച ഗ്രന്ഥമാണ് *മനീഷാ പഞ്ചകം.*

മേൽവിവരിച്ച ഐതിഹ്യകഥയുമായി ബന്ധപ്പെട്ടുള്ളതാണ് ഈ നാടൻപാട്ടെങ്കിലും മേലാള വർഗ്ഗത്തിന്റെ അഹങ്കാരത്തിനും, അറിവില്ലായ്മയ്ക്കുമെതിരെയുള്ള അതിരൂക്ഷമായ വിമർശനങ്ങളാണ് ഈ പാട്ടിലുള്ളത്.

പുലയൻ ആചാര്യനെതിരേ നടത്തുന്ന നിശിതമായ വിമർശനം നോക്കുക:

"തിരിതിരി" എന്ന് പുലയനോട് ആക്രോശിക്കുന്ന ആചാര്യനോട് "എന്താണ് തിരിയെന്നു പറയാൻ കാരണമെന്ന് ഇപ്പോൾ തിരിച്ചു പറയുക" എന്ന് പുലയൻ വഴിമാറാതെ തിരിച്ചുനിന്ന് ചങ്കൂറ്റത്തോടെ ചോദിക്കുന്നു. തുടർന്ന് ചോദ്യശരങ്ങൾ കൊണ്ട് ആചാര്യന്റെ നാവടക്കുകയാണ്.

"തലയിൽ കള്ളും ഒക്കത്തു കുഞ്ഞുമുള്ള ഞാനെങ്ങനെയാണ് ഇടതുവശത്തു കാടും വലതുവശത്തു മുള്ളും നിറഞ്ഞ ഈ ഇടുങ്ങിയ വഴിയിൽ തിരിയേണ്ടത്? തീണ്ടരുത് എന്ന് അങ്ങ് പറയുന്നു. ഞാൻ തന്ന തോണിയിലല്ലേ അങ്ങു കടന്നത്? ഞാൻ തന്ന തേങ്ങ അങ്ങ് ഉടച്ചില്ലേ/ ഞങ്ങൾ നട്ട തൃത്താപ്പൂവല്ലേ നിങ്ങളുടെ തേവന്റെ മാല? ഞങ്ങൾ നട്ട വാഴയിലെ പഴമല്ലേ നിങ്ങളുടെ ദേവനു നിവേദ്യം? നിങ്ങൾ മതിലകത്തു വാഴുന്നു; ഞങ്ങൾ മന്നത്തു വാഴുന്നു. നിങ്ങൾ വീരാളിപ്പട്ടുടുക്കുമ്പോൾ ഞങ്ങൾ ചെമന്ന തുണിയുടുക്കുന്നു. നിങ്ങൾ ചന്ദനം പൂശുന്നു: ഞങ്ങൾ ചേറണിയുന്നു. നിങ്ങൾ പൊന്മാലയണിയുന്നു. ഞങ്ങൾ മീൻമാലയണിയുന്നു. നിങ്ങൾ ആനപ്പുറത്തു കയറുമ്പോൾ ഞങ്ങൾ പോത്തിൻ പുറത്തു കയറുന്നു. നിങ്ങളുടെയും ഞങ്ങളുടെയും ജീവിതങ്ങളിൽ അന്തരങ്ങളുണ്ട്. പക്ഷേ, നിങ്ങളുടെ ചോരയും ഞങ്ങളുടെ ചോരയും ചെമന്നതുതന്നെ, എല്ലാ മനുഷ്യരുടെയും ചോരയ്ക്ക് നിറം ഒന്നുതന്നെ. ഈശ്വരന്റെ മുന്നിൽ നാമെല്ലാം ഒന്നുതന്നെ. പിന്നെന്തിനാണ് അങ്ങ് ജാതി പറയുന്നത്?"

പുലയന്റെ ആ ചോദ്യങ്ങൾക്കു മുന്നിൽ ആചാര്യന്റെ നാവടങ്ങി; അഹങ്കാരം തീർന്നു.

നമ്മുടെ പഴയ പാട്ടുകളിലെ തിളക്കമാർന്ന ഒരേടാണ് പൊട്ടൻ തെയ്യം തോറ്റംപാട്ട്. അതിന്റെ മർമ്മ പ്രധാനമായ ഭാഗമാണ് ഇവിടെ ഉദ്ധരിച്ചത്. ഈ പാട്ടിന് ആനുകാലിക പ്രസക്തി ഏറെയാണ്. ഉത്തരേന്ത്യൻ സംസ്ഥാനങ്ങളിൽ ഫാസിസ്റ്റ് ശക്തികൾ ജാതിയുടെയും മതത്തിന്റെയും ഈശ്വരന്റെയും പേരിൽ നടത്തുന്ന കൊലപാതകങ്ങളു

ടെയും കൂട്ടക്കുരുതികളുടെയും കൊള്ളയുടെയും കൊള്ളിവയ്പുകളുടെയും ചുവടുപിടിച്ച് ഫാസിസ്റ്റ് ഭരണാധികാരികളുടെ ഒത്താശകളോടെ നടത്തുന്ന കാട്ടാളത്തത്തിനെതിരേ ഇത്തരം പാട്ടുകളും വൻതോതിൽ പ്രചരിപ്പിക്കേണ്ടതാണ്. ഫാസിസ്റ്റ് ശക്തികളുടെ നവോത്ഥാന മൂല്യങ്ങളെ തകർക്കുന്നതിനുള്ള ശ്രമം കേരളത്തിലും തലപൊക്കിത്തുടങ്ങിയിരിക്കുന്നു. ജാതിമതശക്തികളുടെ കൊള്ളരുതായ്മകൾ തുറന്നുകാട്ടുന്ന പാട്ടുകളും, കഥകളും, നാടകങ്ങളും ചലച്ചിത്രങ്ങളും ഇതരകലാപരിപാടികളും നാടുനീളേ അവതരിപ്പിക്കേണ്ട കാലഘട്ടമാണിത്. ദളിതനെ അടിച്ചമർത്തി പഴയ ആര്യസംസ്കാരം പുനഃസ്ഥാപിച്ച് മേലാളവർഗ്ഗാധിപത്യം കൊടികുത്തി വാഴാനുള്ള സർവ്വതന്ത്രങ്ങളെയും തകർത്തെറിയാൻ അടിസ്ഥാന വർഗ്ഗത്തിനേ കഴിയൂ എന്ന് നാം കേരളീയർ തിരിച്ചറിയണം.

ഈ പാട്ടിലെ ആചാര്യന്റെയും പുലയന്റെയും വാക്കുകൾ മേലാളന്റെയും ദളിതന്റെയും വർഗ്ഗസ്വഭാവത്തിന്റെ ചിത്രീകരണമാണ്.

27. നേരമില്ല

ആടാടും ആടാടും പിന്നെ
മാനത്തെച്ചെമ്പരുന്താടാടും
എന്തിനെക്കണ്ടിട്ട് ഏതിനെക്കണ്ടിട്ട്
മാനത്തെച്ചെമ്പരുന്താടാടും
-ആടാടും-
പറയന്റെ മുറ്റത്ത് വെള്ളളി കണ്ടിട്ട്
ആടാടും പരുന്താടാടും
മാപ്പിളമുറ്റത്തു മീൻതല കണ്ടിട്ട്
ആടാടും പരുന്താടാടും
-ആടാടും-
മാനത്തു ആടിപ്പറക്കുമ്പോൾ നീയെന്തു
കാഴ്ചകൾ കണ്ടെന്റെ ചെമ്പരുന്തേ
മാനത്തു ആടിപ്പറക്കുമ്പോൾ ഞാൻ പല
കാഴ്ചകൾ കണ്ടെന്റെ കുഞ്ഞാഞ്ഞേ
-ആടാടും-
കൊച്ചികണ്ടു കൊടുങ്ങല്ലൂർ കണ്ടു ഞാൻ
കോട്ടപ്പുറം പാലം നീളെക്കണ്ടു
മലയാറ്റൂർ പള്ളീലെ പെരുനാളു കണ്ടു
ആലുവാശിവരാത്രി നേരിൽക്കണ്ടു
കപ്പലും കണ്ടു വിമാനം കണ്ടു ഞാൻ
വെട്ടോഴിൽ ഓടുന്ന വണ്ടീം കണ്ടു
കൊടുങ്ങല്ലൂർ മരംകൊട്ടു കണ്ടു ഞാൻ
പുത്തക്കാവമ്മേടെ പൂരോം കണ്ടു
വല്ലോന്റെ മുറ്റത്തു നിക്കണ കോഴി-

ക്കുഞ്ഞിനേം കണ്ടെന്റെ കുഞ്ഞാഞ്ഞേ.
പിന്നെ എന്തെല്ലാം കാഴ്ചകൾ കണ്ടു
ചുറ്റിപ്പറക്കുന്ന ചെമ്പരുന്തേ?
പിന്നെയും പല കാഴ്ചകൾ കണ്ടു ഞാൻ
താഴത്തു നില്ക്കണ കുഞ്ഞാഞ്ഞേ
ഇപ്പോൾ പറയാൻ നേരമില്ല. അതു
പിന്നെപ്പറയാം ഞാൻ കുഞ്ഞാഞ്ഞേ
-ആടാടും-

ഉയരങ്ങളിൽ ആടിപ്പറക്കുന്ന ചെമ്പരുന്തിനോട് താഴെ നില്ക്കുന്ന കുട്ടി ചോദിക്കുന്ന ചോദ്യങ്ങൾക്ക് പരുന്ത് ഉത്തരം പറയുന്ന രീതിയിലുള്ള ഈ പാട്ട് പ്രതീകാത്മകമാണ്. പരുന്ത് ഉന്നത സ്ഥാനീയനും കുട്ടി അധഃസ്ഥിതനുമാണ്. സമ്പന്നവർഗ്ഗം എപ്പോഴും പ്രകടമാക്കുന്നത് അവന്റെ വർഗ്ഗ സ്വഭാവമായിരിക്കും. അധഃസ്ഥിതന്റെ താല്പര്യങ്ങൾക്ക് വിപരീതമായിരിക്കും സമ്പന്നന്റെ താല്പര്യങ്ങൾ.

ഉയരങ്ങളിൽ വ്യാപരിക്കുന്ന പരുന്തിനോട് അധഃസ്ഥിതനായ കുട്ടി എന്തൊക്കെ കണ്ടു എന്നു ചോദിക്കുമ്പോൾ നിരവധി മനോഹരമായ കാഴ്ചകൾ കണ്ടതായി പരുന്തു പറയുന്നു. പിന്നെ എന്തെല്ലാം കണ്ടു എന്ന ചോദ്യത്തിന് "വല്ലോന്റെ മുറ്റത്തു നില്ക്കണ കോഴിക്കുഞ്ഞിനേം കണ്ടു" എന്നു പറയുന്നു. വീണ്ടും എന്തു കണ്ടു എന്ന ചോദ്യത്തിനുള്ള മറുപടിയിൽ പരുന്തിന്റെ വർഗ്ഗസ്വഭാവം പ്രകടമാകുന്നു. തന്റെ വർഗ്ഗശത്രുവായ കോഴിയുടെ ഓർമ്മ അതിന്റെ നാശത്തിനായി പരുന്തിനെ പ്രേരിപ്പിച്ചു. "ഇപ്പോൾ പറയാൻ നേരമില്ലെന്നും അത് പിന്നെപ്പറയാ"മെന്നും പറഞ്ഞ് പരുന്ത് പറന്നുപോയി.

ഈ പാട്ടിൽ ഉന്നതസ്ഥാനീയനായ പരുന്ത് സമ്പന്നന്റെയും അധഃസ്ഥിതനായ കുഞ്ഞ് ദരിദ്രവർഗ്ഗത്തിന്റെയും വർഗ്ഗസ്വഭാവത്തെയാണ് വ്യക്തമാക്കുന്നത്.

28. തമ്പ്രാന് തീണ്ടലാണേ

പോകാടി പെങ്ങിളേ - മ്മക്ക്
പോകാടി പെങ്ങിളേ
മ്മടെ തമ്പ്രാന്റെ കോളു നെലത്തില്
കൊയ്യാനും പോകാട്യോ
ങ്ങളുഴുതോരു കണ്ടം
ങ്ങളു വെതച്ചോരു വിത്ത്
ചെകചെകന്നങ്ങ് കെടക്കണ കാണുമ്പോ
എന്തൊരു ചന്തോയം
പൊന്നു വെളുത്തോരു
കണ്ടം കണ്ടോടീ
മ്മടെ തമ്പ്രാന്റെ കണ്ടം

താളത്തിലീണത്തി
കൊയ്യാൻ തൊടങ്ങണ
ചെറുമിപ്പെണ്ണാളേ
മണ്ണിന്റെ മക്കളല്ലേ നിങ്ങളും
തീണ്ടലുള്ളോരല്ലേ
തമ്പ്രാന്റെ പാടത്തു
കൊയ്യാനെറങ്ങുമ്പം
ആ പാടത്തു തീണ്ടലുണ്ടല്ലോ
കൊയ്യുമ്പോ തീണ്ടലില്ലേ
മെതിക്കുമ്പോ തീണ്ടലില്ലേ
കൊയ്ത്തും മെതിയും കയിഞ്ഞാപ്പിന്നെ
തമ്പ്രാന് തീണ്ടലാണേ.
തമ്പ്രാനേ തമ്പ്രാനേ
ഏനെന്റെ മാടോന്ന്
കാണന്റമ്പ്രാ
കൊയ്ത്തുകാലം വന്നാലാണേ
ഏനെന്റെ തമ്പ്രാ
മാടത്തിൽ തീയൊന്നു
പൊകയൊള്ളെന്റമ്പ്രാ

ജന്മിയുടെ പാടത്ത് ജന്മിക്കുവേണ്ടി പട്ടിണികിടന്നു പണിയെടുക്കുമ്പോഴും ചെയ്യുന്ന തൊഴിലിനോട് ആത്മാർത്ഥതയും കൂറുമുള്ളവരായിരിക്കും തൊഴിലാളികൾ. തന്റെയും കുടുംബത്തിന്റെയും ചോറാണ് തന്റെ തൊഴിൽ എന്ന് അവർ ഉറച്ചു വിശ്വസിക്കുന്നു. തൊഴിലാളി വർഗ്ഗത്തിന്റെ സംസ്കാരമാണിത്.

ദളിത വിഭാഗത്തെക്കൊണ്ട് കടുംതൊഴിൽ ചെയ്യിക്കുന്ന ജന്മിമാർക്ക് പണി തുടങ്ങി അറകൾ നിറയുന്നതുവരെ തീണ്ടലും തൊടീലും പ്രശ്നമേയല്ല. അതുകഴിഞ്ഞാൽ തീണ്ടലും തൊടീലുമൊക്കെ കുറ്റകരമാണ്. അതാണ് മേലാളന്റെ വർഗ്ഗസ്വഭാവം. ഈ പാട്ടിൽ ദളിതവിഭാഗത്തിൽപ്പെട്ട തൊഴിലാളി വർഗ്ഗത്തിന്റെ ദൈന്യതയും സമ്പന്നവർഗ്ഗത്തിന്റെ ധാർഷ്ട്യവും പ്രകടമാകുന്നു. സ്വാതന്ത്ര്യസമരകാലഘട്ടത്തിലെ തൊഴിലാളിവർഗ്ഗത്തിന്റെ ഈ ദൈന്യാവസ്ഥയ്ക്കു താങ്ങും തണലുമായത് കേരളത്തിൽ കമ്യൂണിസ്റ്റ് പ്രസ്ഥാനമാണെന്നത് ചരിത്രവസ്തുത.

29. നേരം നോക്കണം

തമ്പ്രാൻ:

നിനക്കിന്നിത്ര ദുരിശമെന്തെടി
ചാർത്തൂനപ്പൊലയീ?

പുലയി-

നേരം പോയല്ല നേരം പോയല്ല

ന്റെ കൊച്ചമ്പിരാൻ
എന്നെ നോക്കാതെ
നേരം നോക്കണം
എന്റെ കൊച്ചമ്പിരാൻ
ചാലുവാരത്ത് പൂട്ടിയടിച്ച്
ചേറാടി വരുമ്പം
"നെല്ലുകുത്തെടി കഞ്ഞി വയ്യെടി
ചാർത്തൂനപ്പൊലയീ."
എന്നെ നോക്കാതെ
നേരം നോക്കണം
എന്റെ കൊച്ചമ്പിരാൻ

തമ്പ്രാൻ:

നിനക്കിന്നിത്ര ദുരിശമെന്തെടി
ചാർത്തൂനപ്പൊലയീ?

പുലയി:

പത്തുപറക്കണ്ടോം തന്നേ
കാടുംകയിത കേറിയ
കണ്ടോം തന്നേ
എന്നെ നോക്കാതെ
നേരം നോക്കണം
എന്റെ കൊച്ചമ്പിരാൻ
ഇന്ന്, കളപറിച്ച് തീർന്നില്ലെങ്കി
എന്റെ കൂലി കിട്ടുകയില്ലേ
അനന്തപുരം കാടെനിക്ക്
കാട്ടിത്തന്നാ
അനന്തപുരം കാട്ടിപ്പോയി
ഒളിക്കാമേ

തമ്പ്രാൻ:

അനന്തപുരം കാട്ടില്
എന്റെ കൂടെ വരുമെങ്കി
നെനക്കിന്ന് സമ്മാനങ്ങൾ
തന്നിടാമേ
അനന്തപുരം കാട്ടിപ്പോയി
ഒളിക്കണോങ്കി
അനന്തപുരം കാടു ഞാൻ
ചൊല്ലിത്തരാം
നൂറുപറക്കണ്ടത്തിന്റെ
താഴത്തൂടെ
വെട്ടുവഴിയേ കേറിച്ചെന്നാ

തിരുവാഴിക്കൊളമൊന്ന്
കെടപ്പതുണ്ടേ
ആലുണ്ടിലഞ്ഞിയുണ്ടാൽ-
ത്തറയുണ്ടേ
അനന്തപുരം കാട്ടിലെ
എന്റെ കൂടെ വരുമെങ്കി
നെനക്കിന്ന് സമ്മാനങ്ങൾ
തന്നിടാമേ

പുലയി:-

പത്തുപറക്കണ്ടത്തിന്റെ
തലപ്പൊലയിയാണേയ്
ചന്തം നോക്കാതെ
ശരീരം നോക്കാതെ
നേരം നോക്കണം
എന്റെ കൊച്ചമ്പിരാൻ

ദുരിശം - ദ്രുതഗതി - ധൃതി
ചേറാടുക - ചെളിയിൽ കുളിക്കുക.
കയിതയേറിയ - കൈത വളർന്ന

ഒരു കാലത്ത് 'ജന്മിത്തമ്പുരാക്കന്മാരുടെ' ഇഷ്ടത്തിനൊത്തു തുള്ളാൻ വിധിക്കപ്പെട്ടവരായിരുന്നു അവർ അടിമകളാക്കി പണിചെയ്യിച്ചിരുന്ന തൊഴിലാളികൾ. പ്രത്യേകിച്ചും, ജന്മിമാരുടെ സ്ഥിരം തൊഴിലാളികളായിരുന്ന സ്ത്രീസമൂഹം. ജന്മികുടുംബങ്ങളിലെ പുരുഷന്മാരുടെ എല്ലാ ആഗ്രഹങ്ങൾക്കും വഴങ്ങിക്കൊടുക്കേണ്ട ഗതികെട്ട ജീവിതമായിരുന്നു ദളിത തൊഴിലാളി സ്ത്രീകളുടേത്. കമ്യൂണിസ്റ്റ് പ്രസ്ഥാനമാണ് തൊഴിലാളി സംഘടനകൾ രൂപീകരിച്ച് തൊഴിലാളികളെ സംഘശക്തിയും സ്വത്വബോധവും, അദ്ധ്വാനത്തിന്റെ മഹത്ത്വവും അദ്ധ്വാനവും കൂലിയും തമ്മിലുള്ള ബന്ധവുമൊക്കെ ബോദ്ധ്യപ്പെടുത്തിയത്. തൊഴിലാളികൾക്ക് പ്രതികരിക്കാനുള്ള ശേഷി ഉണ്ടാക്കിയതും അവരിൽ അവകാശങ്ങൾ നേടിയെടുക്കാനുള്ള സമരാവേശം ഉണ്ടാക്കിയതും കമ്യൂണിസ്റ്റുകാരാണ്. തൊഴിലാളികൾ വർഗ്ഗബോധമുള്ളവരായിത്തീർന്ന പ്രാരംഭഘട്ടങ്ങളിൽ ഉണ്ടായ നാടൻ പാട്ടാണിത്.

ജന്മികുടുംബത്തിലെ 'കൊച്ചു തമ്പുരാൻ' തന്റെ പാടശേഖരത്തിന്റെ തലപ്പുലയിയെ തന്റെ ഇംഗിത സാദ്ധ്യത്തിനായി ക്ഷണിക്കുന്നതും അതിനു പുലയി നല്കുന്ന ചുട്ട മറുപടിയുമാണ് ഈ പാട്ട്.

അവസാനം തമ്പ്രാന്റെ മുഖത്തു നോക്കി തന്റേടത്തോടെ പറഞ്ഞു.

"തമ്പ്രാ, ഞാൻ പത്തുപറക്കണ്ടത്തിന്റെ തലപ്പുലയിയാണ്. എന്റെ ചന്തവും ശരീരവും നോക്കാതെ കൊച്ചമ്പിരാൻ വേറെ പണി നോക്കണം."

ഈ ദൃഢസ്വരത്തിനു മുന്നിൽ തമ്പുരാൻ നാണിച്ചു തലകുനിച്ചു.

ജന്മിത്തത്തിന്റെ കാമനകൾ നേടിയെടുക്കാൻ പ്രയോഗിക്കുന്ന കുത

ന്ത്രങ്ങളും അതിനെ പ്രതിരോധിക്കാൻ ആത്മാഭിമാനവും സമരവീര്യവും സംഘബോധവും കൈമുതലായുള്ള തൊഴിലാളിയുടെ മൊഴിയഴകും കലർന്ന ഈ പാട്ട് മേലാളന്റെയും അധഃസ്ഥിതന്റെയും വർഗ്ഗബോധം പ്രകടമാക്കുന്നതാണ്.

പണിയെടുക്കുന്ന വർഗ്ഗം അനുഭവിച്ചറിഞ്ഞ ചൂഷണത്തിന്റെ ചൂടും പാടും നിറഞ്ഞ ഇത്തരം പാട്ടുകൾ നമ്മുടെ നാടോടി സാഹിത്യത്തിൽ നിരവധിയുണ്ട്. ജാതിയുടെയും ഇല്ലായ്മകളുടെയും പേരിൽ എന്നെന്നും സമ്പന്നന്റെ ചൂഷണങ്ങൾക്ക് വിധേയരായിക്കൊണ്ടിരിക്കുന്ന അടിമവർഗ്ഗമായ തൊഴിലാളികൾക്ക് നാവും ശക്തിയും നല്കിയ കമ്യൂണിസ്റ്റ് പ്രസ്ഥാനത്തെ തള്ളിപ്പറയാൻ മതമേധാവികളുടെ കള്ളപ്രചാരണങ്ങൾക്കു വിധേയരായി ഒരു ചെറിയ വിഭാഗം തൊഴിലാളികൾ ഈ അടുത്തകാലത്ത് പ്രത്യക്ഷപ്പെടുന്നതു കാണുമ്പോൾ 'മതം ഇത്രയ്ക്കു ഭീകരമോ എന്നു തോന്നിപ്പോകുന്നു.

30. തീണ്ടല് ജാതിയല്ലേ?

തമ്പുരാൻ:

നീ എവിടെപ്പോകുന്നെന്റെ
ഓമന ചിറ്റോപ്പുലയീ?

പുലയി:

എന്റെ തമ്പ്രാൻ കൊണ്ടുവന്ന
കാളയെ കാമ്മാൻ പോണേ

തമ്പുരാൻ:

നീ ഈ തണലത്തിരിയെടീ
ഓമന ചിറ്റോപ്പുലയീ
രണ്ടു രണ്ടരക്കയറിട്ട്
രണ്ടു രണ്ടര നാഴികയായി
പാണ്ടിക്കാള കുളിക്കാൻ പോയി
രണ്ടു രണ്ടര നാഴികയായേ
പാണ്ടിക്കാളയെക്കൊണ്ടുവരൂ
തമ്പുരാട്ടീടെ പൊൻതടുക്ക്
ചിറ്റോപ്പുലയിക്കെടുത്തുതരാം
പൊൻതടുക്കില് ഇരിയെടീ
ഓമന ചിറ്റോപ്പുലയീ

പുലയി:

പൊൻതടുക്കിലിരുന്നാലോ
തമ്പുരാട്ടി കാണൂല്ലേ?
പൊൻതടുക്കിലിരിക്കാനേ
തീണ്ടലുജാതിയല്ലേ?

തമ്പുരാൻ:

തമ്പുരാട്ടി കുളിച്ചുതൊഴാൻ
ഏഴുനാഴികേം കഴിഞ്ഞുപോയ്
ഏഴുനാഴികേം വൈകിയേ
തമ്പുരാട്ടി നടന്നുവരൂ
നീയിങ്ങകത്തോട്ട് പൊൻ
തടുക്കിലിരിയെടീ പുലയീ
തമ്പുരാട്ടീടെ പൊടിയരിക്കഞ്ഞി
ചിറ്റോപ്പുലയിക്കെടുത്തു തരാം
നീയിങ്ങകത്തോട്ട് കേറിവന്നി
രിയെടീ ഓമന ചിറ്റോപ്പുലയീ

പുലയി:

അകത്തോട്ട് കേറിവരാൻ
തീണ്ടല് ജാതിയല്ലേ?

തമ്പുരാൻ:

തീണ്ടല് ജാതിയണെങ്കി
കുളിക്കാൻ കുളമില്ലേടീ?
നീയിങ്ങകത്തോട്ടു കേറിവന്നി
രിയെടീ ഓമന ചിറ്റോപ്പുലയീ
തമ്പുരാട്ടീടെ വെറ്റിലത്തട്ടം
ചിറ്റോപ്പുലയിക്കെടുത്തു തരാം
തമ്പുരാട്ടീടെ ഉടുപ്പുകെട്ടീന്ന്
ചിറ്റോപ്പുലയിക്കൊന്നു തരാം
തമ്പുരാട്ടീടെ കസവുമുണ്ടീന്ന്
ചിറ്റോപ്പുലയിക്കൊന്നു തരാം
നീയിങ്ങകത്തോട്ടു കേറിവന്നി-
രിയെടീ ഓമന ചിറ്റോപ്പുലയീ.

പുലയി:

അകത്തോട്ട് കേറിവരാൻ
തീണ്ടല് ജാതിയല്ലേ?

സവർണ്ണ ജന്മിയായ തമ്പുരാനും അടിമയായ ദളിതതൊഴിലാളി സ്ത്രീയും തമ്മിൽ നടക്കുന്ന സംവാദമാണ് ഈ പാട്ടിന്റെ വിഷയം

തമ്പുരാൻ വാങ്ങിയ പുതിയ കാളയെ കാണാനെത്തിയ പുലയ സമുദായത്തിൽപ്പെട്ട സ്ത്രീയോട് പല കാര്യങ്ങൾ സ്വകാര്യമായിപ്പറഞ്ഞ് അകത്തോട്ട് ക്ഷണിക്കുന്ന തമ്പുരാൻ. പാണ്ടിക്കാളയെ കുളിപ്പിക്കാൻ കൊണ്ടുപോയെന്നും വരാൻ വൈകുമെന്നും പറഞ്ഞ് തമ്പുരാട്ടിയുടെ പൊൻതടുക്കിട്ട് അതിലിരിക്കാൻ തമ്പുരാൻ ക്ഷണിക്കുന്നു.

പൊൻതടുക്കിൽ തീണ്ടൽജാതിക്കാരിക്ക് ഇരിക്കാമോയെന്നും തമ്പുരാട്ടി കാണുമെന്നും പുലയി തമ്പുരാനോട് പറയുന്നു.

കുളിക്കാൻ പോയ തമ്പുരാട്ടി വരാൻ വൈകുമെന്നും അകത്തു കയറി പൊൻതടുക്കിലിരിക്കാനും തമ്പുരാൻ പുലയിയോട് വീണ്ടും പറയുന്നു. തമ്പുരാട്ടിക്കുള്ള പൊടിയരിക്കഞ്ഞി തരാം അകത്തുകയറി പൊൻതടുക്കിലിരിക്കാൻ തമ്പുരാൻ വീണ്ടും പുലയിയെ ക്ഷണിക്കുന്നു. അകത്തുകയറാൻ പാടില്ലാത്ത തീണ്ടൽ ജാതിയാണ് താനെന്ന് പുലയി വീണ്ടും പറഞ്ഞു.

തീണ്ടൽ ജാതിയാണെങ്കിൽ കുളിക്കാൻ കുളമുണ്ടെന്നുപറഞ്ഞ് അകത്തേക്ക് ക്ഷണിക്കുകയാണ് തമ്പുരാൻ വീണ്ടും. തമ്പുരാട്ടിയുടെ വെറ്റിലത്തട്ടവും, ഉടുപുടവയും കസവുമുണ്ടും നല്കാമെന്നു പറഞ്ഞ് തമ്പുരാൻ പുലയിയോട് അകത്തേക്ക് കയറിയിരിക്കാൻ ആവശ്യപ്പെടുന്നു. എന്നാൽ തീണ്ടല് ജാതിയായതിനാൽ അകത്തോട്ടു വരില്ല എന്നു പറഞ്ഞ് തമ്പുരാന്റെ ആവശ്യം പുലയി നിരാകരിക്കുകയാണ്.

നിരവധി സാമുദായിക ദുരാചാരങ്ങൾ നിലവിലിരുന്ന കാലഘട്ടത്തിൽ പോലും തങ്ങളുടെ ഇംഗിതങ്ങൾ സാധിക്കാൻ പ്രലോഭനങ്ങളും കുതന്ത്രങ്ങളും നടത്തി അടിയാളപ്പെൺകുട്ടികളെ വശത്താക്കിയിരുന്നു. എന്നാൽ ഒരുതരത്തിലുള്ള പ്രലോഭനങ്ങളിലും പെടാതെ തന്ത്രപൂർവ്വം ചെറുത്തുനിന്ന ഒരു തൊഴിലാളി സ്ത്രീയെയാണ് ഈ പാട്ടിൽ നാം കാണുന്നത്.

ഉടയോന്റെയും അടിയാന്റെയും വർഗ്ഗസ്വഭാവമാണ് ഈ പാട്ടിൽ പ്രകടമാകുന്നത്. എല്ലുമുറിയെ പണിയെടുത്ത് തങ്ങളുടെ തൊഴിലിനോട് കൂറു പുലർത്തിയിരുന്ന തൊഴിലാളിവർഗ്ഗത്തിന്റെ ഇല്ലായ്മയെ ചൂഷണം ചെയ്ത് അവരുടെ മേൽ സർവ്വാധിപത്യവും സ്ഥാപിച്ചവരായിരുന്നു വരേണ്യവർഗ്ഗ ജന്മിമാർ.

തങ്ങളുടെ ഇംഗിതസാദ്ധ്യത്തിനായി ദളിതന്റെ ഇല്ലായ്മയെ ചൂഷണം ചെയ്യാനുള്ള മുതലാളിത്ത തന്ത്രത്തെ പരിഹാസത്തോടെ 'തീണ്ടൽജാതി' എന്ന മേലാള സൃഷ്ടിയായ സാമൂഹിക ദുരാചാരം ചൂണ്ടിക്കാട്ടി നിരാകരിക്കാനുള്ള ആത്മബലവും സംഘടിത ശക്തിയും തൊഴിലാളി വർഗ്ഗത്തിന് നേടിക്കൊടുത്തത് കമ്യൂണിസ്റ്റു പ്രസ്ഥാനമാണ്.

31. പള്ളിയറ കൊള്ളേ

ഇന്നെന്റെ പകവാൻ പോയ്
പള്ളിയറകൊള്ളേ
മുല്ലത്തണലാഞ്ഞു
നില്ക്കും പകവാൻ
ഇന്നെന്റെ പകവാൻ പോയ്
പള്ളിയറ കൊള്ളേ.
പിച്ചിത്തണലാഞ്ഞു
നില്ക്കും പകവാൻ
ഇന്നെന്റെ പകവാൻ പോയ്

പള്ളിയറകൊള്ളേ
തെങ്ങും തണലാഞ്ഞു
നില്ക്കും പകവാൻ
ഇന്നെന്റെ പകവാൻ പോയ്
പള്ളിയറകൊള്ളേ.
വാഴത്തണലാഞ്ഞു നില്ക്കും പകവാൻ
ഇന്നെന്റെ പകവാൻ പോയ്
പള്ളിയറകൊള്ളേ
പടിഞ്ഞാറ് മാളികേപ്പോയ്
പള്ളിയറ കൊള്ളേ
ഒരു കുടം പാലും കുടിച്ച്
ഒരു കുടം തേനും കുടിച്ച്
കടലിപ്പോയി കുളിച്ച്
ഇന്നെന്റെ പകവാൻ പോയ്
പള്ളിയറ കൊള്ളേ

ഇത് അതിമനോഹരമായ ഒരു പ്രതിരൂപാത്മക ഗാനമാണ്. ജന്മിത്തം അതിന്റെ ഭീമമായ സ്വഭാവ വൈചിത്ര്യങ്ങൾ വ്യത്യസ്ത രീതികളിൽ തൊഴിലാളികൾക്കു നേരെ പ്രയോഗിച്ചിരുന്ന കാലത്ത് ജന്മിമാരുടെ ക്രൂരതകളിൽ നിന്നും രക്ഷനേടാനായി തൊഴിലാളികൾ പ്രതിരൂപാത്മക ഗാനങ്ങളിലൂടെ അവരുടെ ചെയ്തികളെ വിമർശിച്ചിരുന്നു.

സൂര്യന്റെ ചൂടും ജോലിയുടെ കാഠിന്യവും സഹിച്ച് ദാഹിച്ച് വലഞ്ഞ് പാടത്ത് പണിയെടുക്കുന്ന തൊഴിലാളികളുടെ ചന്തം നോക്കി നില്ക്കുന്ന പതിവ് തൊഴിലിടങ്ങളിലെ ജന്മിമാരുടെ സ്വഭാവമായിരുന്നു. തമ്പുരാക്കന്മാരുടെ കുബുദ്ധി തിരിച്ചറിഞ്ഞ തൊഴിലാളികൾ സൂര്യനോടു പറയുന്ന രീതിയിൽ തമ്പ്രാക്കന്മാരെ വിമർശിക്കുന്ന പാട്ടാണിത്. വരേണ്യവർഗ്ഗത്തോട് നേരിട്ടു പ്രതികരിക്കാനുള്ള സംഘബോധവും ശക്തിയും ആർജ്ജിക്കാതിരുന്ന കാലത്ത് ഇത്തരം പാട്ടുകളിലൂടെയാണ് തൊഴിലാളികൾ തങ്ങളുടെ മനോഭാവങ്ങൾ പ്രകടമാക്കിയിരുന്നത്. ജന്മിമാരോട് തൊഴിലാളി സ്ത്രീകൾ പറയുന്നത് സൂര്യനോടു പറയുന്നതുപോലെയാണ് വ്യാഖ്യാനം നടത്തിയിരിക്കുന്നത്.

നോക്കുക:

മുല്ലത്തണലാഞ്ഞു നില്ക്കുന്ന ഭഗവാൻ പള്ളിയറയിലേക്കു പോയാലും പിച്ചിത്തണലിലും വാഴത്തണലിലും നില്ക്കുന്ന ഭഗവാൻ കടലിൽ പോയി കുളിച്ച് ഒരുകുടം പാലും ഒരു കുടം തേനും കുടിച്ച് പള്ളിയറയിലേക്കു പോയാലും ഭഗവാനേ എന്ന് സൂര്യനോടു പറയുന്നത് കാമാതുരരായ ജന്മിമാർക്കുള്ള താക്കീതാണ്. തൊഴിലാളി വർഗ്ഗത്തിന്റെയും ജന്മിവർഗ്ഗത്തിന്റെയും സാംസ്കാരിക നിലവാരം ഈ പാട്ടിൽ

പ്രകടമാകുന്നുണ്ട്.

32. കൊണ്ടുപോണേ

ഇച്ചോലയടിക്കണ്ടം കൃഷിനമക്കേ
ചോലപിടിച്ചുവെളവു പോയേ
ഇക്കുന്നടിക്കണ്ടം കൃഷിനമക്കേ
കുന്നിടിഞ്ഞ് നെലവും നെകന്നേ
ഈ മണച്ചിറക്കണ്ടം കൃഷി നമക്കേ
മണൽക്കൂന കേറി വയൽ നെകന്നേ
ഇല്ലാത്തപാട്ടമതെങ്ങനെയോ!
വല്ലാത്ത പാട്ടമതെങ്ങനെയോ?
പാറയും മാറ്റി കുന്നും മാറ്റി
കാടും വെട്ടി മേടും വെട്ടി
തൂണും വെട്ടി കുടിലും കെട്ടി
തെങ്ങും നട്ട് വാഴേം നട്ട്
വെള്ളരീം കായ്ച്ച് പാവലും കായ്ച്ച്
വാഴേം കൊലച്ച് തെങ്ങും കൊലച്ച്
പുത്തൂരെടവഴി ചെന്നുകേറി
കത്രിക്കേം പാവക്കേം വള്ളരിക്കേം
തേങ്ങേം വാഴക്കേം ഏത്തക്കേം
കുട്ടയലേ വട്ടിയലേ പറിച്ചോണ്ടുപോണേ.
എല്ലാമവരങ്ങു കൊണ്ടുപോണേ

"ഈ ചോലക്കണ്ടത്തിലെ കൃഷി നമുക്കാണ്. ചോല കാരണം വിളവു കുറഞ്ഞു. ഈ കുന്നിന്റെ അടിക്കണ്ടത്തിലെ കൃഷിയും നമുക്കു തന്നെ. കുന്നിടിഞ്ഞ് നിലം നികന്നു. അതോടെ കൃഷിയും നശിച്ചു. ഈ മണൽക്കണ്ടത്തിലെ കൃഷിയും നമുക്കുതന്നെയാണ്. മണൽകേറി വയൽ നികന്ന് കൃഷി മുഴുവൻ നശിച്ചു. എന്നിട്ടും കിട്ടിയ വിളവെല്ലാം ജന്മിത്തമ്പുരാൻ ഇല്ലാത്ത പാട്ടത്തിന്റെ പേരിൽ കവർന്നെടുത്തു. അദ്ധ്വാനിച്ച കൃഷിക്കാരന്റെ അദ്ധ്വാനഫലം കവർന്നെടുക്കുന്നു. അതിന് ജന്മിതന്നെ പാട്ടക്കരാർ ചമയ്ക്കുന്നു.

ഒരു കാലത്ത് ജന്മിമാർ തങ്ങളുടെ പാടങ്ങളിലും, കൃഷിയിടങ്ങളിലും അഹോരാത്രം അദ്ധ്വാനിച്ചുണ്ടാക്കിയ മുഴുവൻ കാർഷിക വിഭവങ്ങളും അവർ തന്നെ പടച്ച വ്യവസ്ഥകളായ പാട്ടത്തിന്റെയും ഒറ്റിയുടെയും പേരിൽ കവർന്നെടുത്തിരുന്നു. ജന്മിമാർ തനതായി ഉണ്ടാക്കി കർഷകരെയും കർഷകത്തൊഴിലാളികളെയും ചൂഷണം ചെയ്തിരുന്ന മുഴുവൻ കാടൻ നിയമങ്ങളെയും ചെറുത്തു തോല്പിച്ചത് അനീതിക്കെതിരെ പോരാടാൻ തൊഴിലാളികളെ സംഘടിപ്പിച്ച് സമരോത്സുകരാക്കിയ കമ്യൂണിസ്റ്റു പ്രസ്ഥാനമാണ്.

കാടും മലയും വെട്ടിത്തെളിച്ച് ചോലമാറ്റി നിലമൊരുക്കി. കൃഷിയി

റക്കി. വെള്ളം തേകി, രാപ്പകൽ കാവൽകിടന്ന് കാർഷിക വിഭവങ്ങൾ സംരക്ഷിച്ചു. എല്ലാ അദ്ധ്വാനവും കർഷകത്തൊഴിലാളിയുടേത്. പണിയെടുക്കാൻ പാവപ്പെട്ട കർഷകത്തൊഴിലാളി. വിളവെടുക്കുന്നത് ജന്മിമാർ. അധികാരത്തിന്റെയും അവരുണ്ടാക്കിയ കാടൻ നിയമങ്ങളുടെയും പേരിൽ തങ്ങൾ അദ്ധ്വാനിച്ചുണ്ടാക്കിയതെല്ലാം ജന്മിവർഗ്ഗം കവർന്നെടുക്കുന്ന കാടത്തം കണ്ട് നെഞ്ചത്തടിക്കുന്ന കർഷകത്തൊഴിലാളിയുടെ ദയനീയ വിലാപമാണ് ഈ പാട്ടിലെ വിഷയം. തൊഴിലാളി മുതലാളി വർഗ്ഗങ്ങളുടെ തനതു സ്വഭാവങ്ങളാണ് ഈ പാട്ടിലൂടെ പ്രകടമാകുന്നത്.

33. അടിമവേല

അരുമ ഓല ഒഴുകും പോലെ
അടിമവേല ഒഴുകിതേ
അരുമ ഓല ഒഴുകും പോലെ
അടിമവേല ഒഴുകിതേ
തീണ്ടലിന് വണ്ണമെത്ര
നീളമെത്ര തമ്പ്രാനേ
എന്തിനു ഞങ്ങള് ചേറ്റിക്കെടന്ന്
ചേറാടി ഞങ്ങള് നടക്കണേ?
ചാതിപേതം എങ്ങനാണേ?
പൊലേനും വേടനും പറേനുമായി
ചാതിപേതം തന്നവനാരേ?
ആകാശം തൃഷ്ടിച്ച പൂമി തൃഷ്ടിച്ച
തൈവത്തിൻ തൃഷ്ടിയാണേ ഞങ്ങള്
എന്നും ഞങ്ങളും ചേറ്റിക്കെടന്ന്
ചേറാടിത്തന്ന ചോറു കൊള്ളാം
അതിനൊന്നും തീണ്ടലുമില്ലേ
എന്നും ഞങ്ങളു ദൂരത്തേ
മാറടാ മാറടാ ദൂരത്തേ
മാറടാ മാറടാ ദൂരത്തു മാറ്
ഒമ്പതുമാതം കൊണ്ടുനടന്ന്
പത്താംമാതോം വേലയ്ക്കു പോയി
അന്നു മരത്തിന്റെ മുട്ടിലിരുന്ന്
മലേലും കുഴീലും ഞങ്ങളെപെറ്റേ
പൊലേനുമായി വേടനുമായി
ചാതിപേതം ഞങ്ങക്കു തന്നേ.
ചാതിപേതം എങ്ങനാണേ?
ചാതിപേതം തന്നവനാരേ?
അരുമ ഓല ഒഴുകും പോലെ
അടിമവേല ഒഴുകിണേ.

കേരളത്തിന്റെ സാമൂഹിക സാംസ്കാരിക ചരിത്രത്തിന്റെ സത്യസന്ധമായ നേർക്കാഴ്ചയാണ് ഈ പാട്ടിലൂടെ പ്രകടമാകുന്നത്. ഒരു കാലത്ത് ജാതിയുടെ പേരിൽ അതിനീചമായ ആചാരങ്ങളും വിശ്വാസങ്ങളും നിലനിന്നിരുന്ന ഒരു പ്രദേശമാണ് കേരളം എന്ന് ഓർക്കാൻ പോലും ഇന്ന് നാം ലജ്ജിക്കേണ്ടിയിരിക്കുന്നു. മനുഷ്യവർഗ്ഗത്തിൽപ്പെട്ടവനെ ജാതിയുടെ കള്ളികളിലാക്കി ഉയർന്നവനെന്നും അധമനെന്നും വേർതിരിച്ച് നീചജാതികളെന്നു പറയപ്പെടുന്നവരെ സവർണ്ണരെന്ന് പറയപ്പെട്ടിരുന്ന വർഗ്ഗം കൊടും പീഡനങ്ങൾക്ക് വിധേയരാക്കിയിരുന്ന കാലം. ആ കാലത്ത് കേരളം സന്ദർശിച്ച സ്വാമി വിവേകാനന്ദൻ കേരളത്തിനു നല്കിയ ഓമനപ്പേരാണ് 'കേരളം ഒരു ഭ്രാന്താലയമെന്ന്'. ശ്രീനാരായണ ഗുരു, അയ്യങ്കാളി, ചട്ടമ്പിസ്വാമികൾ, അയ്യാ സ്വാമികൾ തുടങ്ങിയ നവോത്ഥാന നായകരുടെയും കമ്യൂണിസ്റ്റ് പ്രസ്ഥാനത്തിന്റെയും കരുത്തുറ്റ പ്രവർത്തനശൈലിയിലൂടെ കേരളം "ദൈവത്തിന്റെ സ്വന്തം നാടെ"ന്ന പദവിയിലേക്ക് ഉയർന്നെങ്കിലും സംഘപരിവാർസേന കേരളത്തെ 'ചെകുത്താന്റെ നാട്' ആക്കിത്തീർക്കാനുള്ള തീവ്രയത്നത്തിലാണ്. ഈ അടുത്തകാലത്തായി അശാന്തൻ എന്ന ചിത്രകാരന്റെ ശവസംസ്കാരച്ചടങ്ങുമായി ബന്ധപ്പെട്ട് എറണാകുളം ശിവക്ഷേത്ര ഭാരവാഹികൾ കാട്ടിക്കൂട്ടിയ അന്ധവിശ്വാസകോപ്രായങ്ങളും, കുന്നത്തുനാട് താലൂക്കിലെ വടയമ്പാടിയിലെ ജാതിമതിൽ നിർമ്മാണവും പ്രശസ്ത കവി കുരീപ്പുഴ ശ്രീകുമാറിനെതിരെ നടന്ന കടന്നാക്രമണവും സൂചിപ്പിക്കുന്നത് കേരളം 'ഭ്രാന്തന്മാരുടെ നാട്' ആകണമെന്ന് വാശിപിടിക്കുന്ന കുറേ ഭ്രാന്തന്മാർ കൈയേറുകയാണെന്നാണ്.

ഉത്തരേന്ത്യയിൽനിന്ന് സംഘപരിവാർ സേനകൾ കേരളത്തിലേക്ക് ഭക്തിയുടെയും ഈശ്വരവിശ്വാസത്തിന്റെയും പരിവേഷം നല്കി പറിച്ചുനട്ടുകൊണ്ടിരിക്കുന്ന അന്ധവിശ്വാസങ്ങളിലൂടെയും അനാചാരങ്ങളിലൂടെയും കേരളത്തിലെ മരിച്ചുകൊണ്ടിരിക്കുന്ന ജാതിവ്യവസ്ഥയെ പുനരുജ്ജീവിപ്പിക്കാനുള്ള ശ്രമങ്ങളാണ് നടക്കുന്നത്. ഇത്തരം കാടത്തങ്ങളെ എതിർത്തു തോല്പിക്കാൻ സംഘടിത തൊഴിലാളിപ്രസ്ഥാനങ്ങൾക്കും വിദ്യാർത്ഥി യുവജന പ്രസ്ഥാനങ്ങൾക്കും കഴിയും.

സമ്പന്നന്റെ സൃഷ്ടിയായ ജാതിവ്യവസ്ഥയും ഈശ്വര വിശ്വാസവുമായി ബന്ധപ്പെട്ട അന്ധവിശ്വാസങ്ങളും തീണ്ടലും തൊടീലുമൊക്കെ അധികാരം സ്ഥാപിക്കാനും അടിച്ചമർത്താനും ചൂഷണത്തിനുമായി സവർണ്ണ സമ്പന്നവർഗ്ഗം ബുദ്ധിപൂർവ്വം സൃഷ്ടിച്ചവയാണ്. ഇത്തരം തിരിച്ചറിവുകൾ തൊഴിലാളിവർഗ്ഗത്തിനും ദരിദ്രവിഭാഗത്തിനും ഉണ്ടാക്കിയെടുക്കുന്നതിന് അന്നും ഇന്നും പ്രവർത്തിച്ചത് കമ്യൂണിസ്റ്റ് പ്രസ്ഥാനം മാത്രമാണ്. കമ്യൂണിസ്റ്റ് പ്രസ്ഥാനം വളർത്തിയെടുത്ത വർഗ്ഗബോധമാണ് വരേണ്യവർഗ്ഗത്തിന്റെ അടിച്ചമർത്തലിനും ചൂഷണത്തിനുമെതിരെ പ്രതികരിക്കാനുള്ള ശക്തി തൊഴിലാളിവർഗ്ഗത്തിനു ലഭിക്കാനിടയാക്കിയത്. അത്തരം പ്രതികരണമാണ് ഈ പാട്ടിലും കാണുന്നത്.

ജാതിവ്യവസ്ഥയ്ക്കെതിരെ തൊഴിലാളികൾ ഈ പാട്ടിലൂടെ പ്രതികരിക്കുന്നത് നോക്കുക:

അരുമയായ ഓല അഴുകുന്നതുപോലെയാണ് ഞങ്ങളുടെ അടിമപ്പണി ഒഴുകുന്നത്. തീണ്ടലിന് എത്ര അകലമാണുള്ളത്? ഞങ്ങൾ നിങ്ങൾക്കു വേണ്ടിയാണ് ചേറിൽ പണിയുന്നത്. മനുഷ്യനെ പുലയനെന്നും പറയനെന്നും വേർതിരിച്ചത് എന്തടിസ്ഥാനത്തിലാണ്? ആകാശവും ഭൂമിയും സൃഷ്ടിച്ചത് ദൈവമാണെങ്കിൽ അതേ ദൈവം തന്നെയാണ് ഞങ്ങളെയും സൃഷ്ടിച്ചത്. ഞങ്ങൾ ചേറിൽ പണിയെടുത്തുണ്ടാക്കുന്ന ചോറിനും അയിത്തം കാണുമല്ലോ. അതു നിങ്ങൾക്കു കൊള്ളാം. അതിനു തീണ്ടലില്ല. ദൂരത്തു മാറടാ മാറടാ എന്നു നിങ്ങൾ വിളിച്ചുകൂവുന്നു. ആയുഷ്ക്കാലം മുഴുവൻ നിങ്ങൾക്കുവേണ്ടി ഞങ്ങൾ പണിയെടുക്കുന്നു. നിറവയറുമായി നിങ്ങൾക്കായി പണിയെടുത്ത് വയലിലും കുഴിയിലും മക്കളെ പ്രസവിച്ച്, കുഞ്ഞുങ്ങളെ മരച്ചോട്ടിൽ വളർത്തി. ആ കുഞ്ഞുങ്ങളെ പറയനെന്നും പുലയനെന്നും വേർതിരിച്ചതാരാണ്? നിങ്ങൾ ഞങ്ങളെ അടിമകളാക്കി ഞങ്ങളുടെ അദ്ധ്വാനഫലം കൊള്ളയടിക്കുകയല്ലേ ജന്മിത്തത്തിന്റെ വർഗ്ഗസ്വഭാവം. ഈ പാട്ടിലൂടെ വ്യക്തമാക്കുകയാണ്.

1. *ചേറ്റിക്കെടന്ന് - ചേറ്റിൽ കിടന്ന്*
2. *ചാതിപേതം - ജാതിഭേദം*
3. *തൃഷ്ടിച്ചു - സൃഷ്ടിച്ചു*
4. *പൂമി - ഭൂമി. മാതം - മാസം.*

34. പട്ടിണിയേ പട്ടിണി

കാനുക ചെറുവേടനെ രയ്യോ
ഒരേണികോരിച്ചാരിയേ രയ്യോ
ആ ദിവസോം പട്ടിണിയേ രയ്യോ
വയലെല്ലാം തോലു നിറച്ചേ രയ്യോ
കണ്ടോല്ലാം പൂട്ടിയടിച്ചേ രയ്യോ
മരം പിടിച്ച് നടുമുറിഞ്ഞേ രയ്യോ
ആ ദിവസോം പട്ടിണിയേ രയ്യോ
മഴ നനഞ്ഞും വിറച്ചതേ രയ്യോ
തോലുവെട്ടി തെളിച്ചതേ രയ്യോ
മലവെള്ളം തടഞ്ഞതേ രയ്യോം
വെള്ളമെല്ലാം തേവിയേ രയ്യോ
ആ ദിവസോം പട്ടിണിയേ രയ്യോ
പത്തുപറേം പൂട്ട്യടിച്ചേ രയ്യോ
വിത്തുവാരിയെറിഞ്ഞതേ രയ്യോ
ഒരു മണി നെല്ലു തന്നില്ലേ രയ്യോ
ആ ദിവസോം പട്ടിണിയേ രയ്യോ

കാനുക - കാണുക
കണ്ടോല്ലാം - കണ്ടമെല്ലാം

ഈ പാട്ടിലൂടെ വെളിവാകുന്നത് കർഷകത്തൊഴിലാളി വർഗ്ഗത്തിന്റെ ദയനീയമായ ജീവിതമാണ്. കൃഷിക്കായി വയലുകളിൽ തോലു നിറച്ചു. അന്നു പട്ടിണി. കണ്ടം മുഴുവൻ പൂട്ടിയൊരുക്കി. അന്നും പട്ടിണി തന്നെ. മരമടിച്ചു നിലമൊരുക്കിയ ദിവസവും പട്ടിണി. മഴ നനഞ്ഞു വിറച്ചു കൊണ്ട് തോടുവെട്ടിത്തെളിച്ച ദിവസവും പട്ടിണി. നിലങ്ങളിലെല്ലാം വെള്ളം തേകിയ ദിവസവും, പത്തുപറക്കണ്ടം പൂട്ടിയൊരുക്കി വിത്തുവിതച്ച ദിവസങ്ങളിലെല്ലാം പട്ടിണി തന്നെ. പണിയെടുത്ത ഒരു ദിവസവും ഒരു മണി നെല്ലുപോലും കൂലിയില്ല. എല്ലാ ദിവസവും പട്ടിണി മാത്രമാണ് കൂലി. പട്ടിണി കിടന്നും വിശ്രമമില്ലാതെയും ജന്മിമാരുടെ അടിമപ്പണി ചെയ്യുന്ന തൊഴിലാളികൾക്ക് ജന്മിമാരുടെ ആട്ടും തുപ്പും മാത്രമായിരുന്നു പ്രതിഫലം.

ജന്മിമാരുടെ പാടങ്ങളിലും പറമ്പുകളിലും വീടുകളിലും സദാ കടും തൊഴിൽ ചെയ്തശേഷം 'പട്ടിണിയും പരിവട്ടവു'മായി കഴിഞ്ഞിരുന്ന തൊഴിലാളികളുടെ ദയനീയാവസ്ഥയും ജന്മിവർഗ്ഗത്തിന്റെ കൊടുംക്രൂരതകളും ഇത്തരം പാട്ടുകളിലൂടെ പ്രകടമാകുന്നു.

35. ഇരിക്കാനിടമില്ലേ

മണി മക്കളഞ്ചു പേരും
മഴയെന്നില്ല വെയിലെന്നില്ല
കോവിലു കെട്ടിപ്പണിഞ്ഞേ.
മഴയത്തും വെയിലത്തും
എവിടെയെവിടെ ഒന്നിരിക്കും.
മണിമക്കളഞ്ചുപേരും
കല്ലുകൊണ്ടു കെട്ടിപ്പൊക്ക്യേ
കോവിലും കിഴക്കേപ്പൊറവും
ഓലകൊണ്ടവർ മേഞ്ഞിറങ്ങ്യേ
എരിവെയിലിലും പെരുമഴയിലും
കല്ലുടച്ചവർ മതിലുകെട്ട്യേ
മഴയെന്നില്ല വെയിലെന്നില്ല
നാലുചുറ്റും മതിലുകെട്ട്യേ
മഴയെന്നില്ല വെയിലെന്നില്യ
മലയിലെ മരങ്ങളും
വെട്ടിച്ചോമന്നേ
മണിമക്കളഞ്ചുപേരും
എവിടെയെവിടെ ഒന്നിരിക്കും
പെരുമഴയിലും എരിവെയിലിലും
ഇരിക്കാൻ ഇടമില്ലേ

ഇന്നു നാം അനുഷ്ഠിച്ചുവരുന്ന പല ആചാരങ്ങളും, വിശ്വാസങ്ങളും, ആരാധനാസമ്പ്രദായങ്ങളും ചാതുർവർണ്യ വ്യവസ്ഥ പ്രാബല്യത്തിലിരുന്ന ഒരു കാലഘട്ടത്തിൽ ബ്രാഹ്മണരും ക്ഷത്രിയരും ചാതുർവർണ്യത്തിൽപ്പെടാത്ത ദളിതജനവിഭാഗങ്ങളെ അടിച്ചമർത്തി അടിമകളാക്കി അടക്കിഭരിക്കാനായി സൃഷ്ടിച്ചവയാണ്. അത്തരം കാര്യങ്ങൾക്ക് നാടുവാഴികളും, ഗോത്രനേതാക്കളും, പുരോഹിതന്മാരും, ഭരണാധികാരികളും അലിഖിതനിയമ പ്രാബല്യവും നല്കിയിരുന്നു. ഇത്തരം അലിഖിത നിയമങ്ങളുടെ മറവിൽ ദളിതരെയും ദരിദ്രരെയും അടിമകളാക്കിവച്ച് കടുംതൊഴിൽ ചെയ്യിച്ചിരുന്നു. മേലാളന്മാർ സൃഷ്ടിച്ച അത്തരം നിയമങ്ങളിൽ ഒന്നാണ് 'ഊഴിയംവേല'. മേലാളന്മാർ അടിമത്തൊഴിലാളികളെക്കൊണ്ട് കൂലി നല്കാതെ നിർബ്ബന്ധിച്ച് ചെയ്യിക്കുന്ന പണികളാണ് ഊഴിയംപണി. ഇന്നു നാം കാണുന്ന പല ആരാധനാലയങ്ങളും കോട്ടകൊത്തളങ്ങളുമെല്ലാം ഊഴിയംപണിയിലൂടെ കെട്ടിപ്പൊക്കിയവയാണ്. വെയിലും മഴയുമേറ്റ് പകലും രാത്രിയും വിശ്രമമില്ലാതെ പണിയെടുക്കണം. കൂലിയില്ല. കൂലിചോദിക്കുന്നവരെയും ജോലി ചെയ്യാത്തവരെയും ദൈവപ്രീതിക്കെന്ന വ്യാജേന ബലിയർപ്പിക്കും. ആകാശത്തോളം തലയുയർത്തി ഭക്തിയുടെ വില്പനകേന്ദ്രങ്ങളായി മാറിക്കഴിഞ്ഞിട്ടുള്ള പല ആരാധനാലയങ്ങളും ചോരയും വിയർപ്പും നല്കി ദളിതർ പടുത്തുയർത്തിയതാണെന്ന യാഥാർത്ഥ്യം സവർണ്ണർ അംഗീകരിച്ചു തരില്ല. വിശ്വാസങ്ങളുടെയും ആചാരങ്ങളുടെയും മറവിൽ ആയിരക്കണക്കിന് തൊഴിലാളികളുടെ രക്തം വീണ് കുതിർന്നവയാണ് നമ്മുടെ മിക്ക ആരാധനാകേന്ദ്രങ്ങളും.

ഭക്തിയുടെ കുത്തക വ്യാപാരികളായും ദൈവത്തിന്റെ രക്ഷിതാക്കളായും പ്രത്യക്ഷപ്പെട്ട് പഴയ നാടുവാഴി കാലഘട്ടത്തിലെ ആചാരവിശ്വാസങ്ങൾ തിരിച്ചുകൊണ്ടുവന്ന് ദളിതനെ സമൂഹത്തിൽനിന്ന് ആട്ടിയകറ്റി വരേണ്യവർഗ്ഗാധിപത്യം പുനഃസ്ഥാപിക്കാൻ കൊള്ളയും കൊലയും നടത്തുന്ന മതഭീകരപ്രസ്ഥാനക്കാർ അറിയുന്നില്ല; അവർ ആധിപത്യം സ്ഥാപിക്കാൻ ശ്രമിക്കുന്ന ആരാധനാലയങ്ങൾ കെട്ടിയുയർത്തിയത് ചോരയും നീരും അദ്ധ്വാനവും ജീവനും നല്കിയ 'ഊഴിയം പണി'യിലൂടെയാണെന്ന്.

ദളിത തൊഴിലാളികളെക്കൊണ്ട് കടുംതൊഴിൽ ചെയ്യിക്കുന്ന സമ്പന്ന പൗരോഹിത്യ നാടുവാഴി വർഗ്ഗത്തിന്റെ വിശ്വാസാചാരങ്ങളുടെ മുഖംമൂടി പിച്ചിച്ചീന്തുന്നതാണ് മുകളിലുദ്ധരിച്ച നാടൻപാട്ട്.

"ആൺമക്കളഞ്ചുപേരും മഴയും വെയിലും നോക്കാതെ കോവില് കെട്ടിപ്പൊക്കി. എരിവെയിലിലും പെരുമഴയിലും അവർ പണിയെടുത്തു. മഴയത്തും വെയിലത്തും മരംവെട്ടിയും മതിലുകെട്ടിയുമാണ് അവർ കോവില് കെട്ടിയത്. ഇരിക്കാനും കിടക്കാനും ഇടമില്ലാതെ പെടാപ്പാടുപെട്ട് കോവിലുണ്ടാക്കി."

അഞ്ചു മക്കളുള്ള ഒരമ്മയുടെ രോദനമാണ് ഈ പാട്ട്. ക്ഷേത്ര

നിർമ്മാണം നടത്തിയ ആ അടിമകൾ ക്ഷേത്രത്തിൽ നിന്ന് ഏറെ അകലെനിന്നു മാത്രമേ അവരുണ്ടാക്കിയ ഈശ്വരനെ തൊഴാൻ പാടുള്ളൂ എന്ന നിയമവും വരേണ്യവർഗ്ഗസമ്പന്നർ സൃഷ്ടിച്ചതാണ്. ഉപരിവർഗ്ഗത്തിന്റെ തനിനിറം എന്താണെന്ന് ഈ പാട്ട് വ്യക്തമാക്കുന്നു.

36. തല്ലിക്കൊല്ലല്ലേ

തേയവാഴിത്തമ്പിരാന്റെ-
തിരുമുമ്പില്
അടിയങ്ങള് തളന്നുനിന്ന്
പാട്ടുപാടുന്നേ
വെട്ടിയിട്ട തോലുകള് കരിഞ്ഞുപോയല്ലോ
എന്നു ചൊല്ലി തമ്പാനെന്നെ പിടിച്ചുകെട്ടല്ലേ
-തേയവാഴി-
ഞാറുകള് മുട്ടുവച്ച് എളക്കിപ്പോയല്ലോ
എന്നു ചൊല്ലി തമ്പാനെന്നെ അടിച്ചുകൊല്ലല്ലേ
പെരുവെള്ളം കേറിയെല്ലാം ഒഴുകിപ്പോയല്ലോ
എന്നു ചൊല്ലി തമ്പാനെന്നെ തല്ലിക്കൊല്ലല്ലേ
-തേയവാഴി-
മണലുകേറി കണ്ടമെല്ലാം നെകന്നുപോയല്ലോ
എന്നു ചൊല്ലി തമ്പാനെന്നെ അടിച്ചുകൊല്ലല്ലേ
തേയവാഴിത്തമ്പിരാന്റെ തിരുമുമ്പില്
അടിയങ്ങള് തളന്നുനിന്ന് പാട്ടുപാടുന്നേ
അടിയങ്ങള് തളന്നുനിന്ന് പാടിയാടുന്നേ

വരേണ്യവർഗ്ഗ ജന്മിമാർക്ക് തങ്ങളുടെ കീഴിൽ അടിമപ്പണി ചെയ്യുന്ന ദളിതരായ തൊഴിലാളികളെ തല്ലാനും കൊല്ലാനും എന്തു ചെയ്യാനുമുള്ള അധികാരവും മേലാളവർഗ്ഗം സ്ഥാപിച്ചിരുന്ന കാലത്തേതാണ് ഈ പാട്ട്. ജന്മിവർഗ്ഗത്തിന്റെ ഇംഗിതത്തിനു വഴങ്ങാത്ത തൊഴിലാളികൾ അവരുടെ പീഡനങ്ങൾക്ക് ഇരയാകും. നിസ്സാര കാര്യങ്ങൾക്കുപോലും ഈ തൊഴിലാളികൾ പരസ്യമായിത്തന്നെ കൊലചെയ്യപ്പെട്ടിരുന്നു. അടിമത്തൊഴിലാളികളെ പോറ്റാനുള്ള അധികാരാവകാശങ്ങൾ ഉടമത്തമ്പ്രാക്കന്മാർക്കു സ്വന്തമായിരുന്ന കാലം. നാടുവാഴിത്തമ്പുരാനോട് സങ്കടം പറയുന്ന രീതിയിലുള്ളതാണ് ഈ പാട്ട്.

“നിലമൊരുക്കാൻ തോല് കരിഞ്ഞു പോയെന്നു പറഞ്ഞ് തമ്പുരാൻ എന്നെ പിടിച്ചുകെട്ടല്ലേ. ഞാറുകൾ മുട്ടുവച്ച് ഇളകിയെന്നു പറഞ്ഞ് തമ്പുരാൻ എന്നെ അടിച്ചുകൊല്ലല്ലേ. പെരുവെള്ളം കേറി കൃഷിയാകെ നശിച്ചെന്നു പറഞ്ഞ് തമ്പുരാൻ എന്നെ തല്ലിക്കൊല്ലല്ലേ. മണൽകേറി കണ്ടം നികന്നുപോയെന്നു പറഞ്ഞ് എന്നെ അടിച്ചുകൊല്ലല്ലേ. അടിയങ്ങള് തളർന്നു നിന്ന് പാടുകയാണ്.”

വളരെ നിസ്സാരവും തന്റേതല്ലാത്ത കാരണങ്ങളാൽ കൃഷിപ്പിഴവു

പറ്റിയതായി ആരോപിച്ച് തൊഴിലാളികളെ നിന്ദ്യവും ക്രൂരവുമായ രീതിയിൽ ശിക്ഷിക്കുന്നത് ഒരു വിനോദമായിട്ടാണ് അക്കാലത്തെ ജന്മിവർഗ്ഗം കരുതിയിരുന്നത്. കന്നുകാലികളെക്കാൾ ദയനീയമായിരുന്നു അക്കാലത്തെ തൊഴിലാളി വർഗ്ഗത്തിന്റെ ജീവിതം. അക്കാലത്തെ ഉപരിവർഗ്ഗത്തിന്റെ സ്വഭാവം പ്രകടമാക്കുന്നതാണ് ഈ പാട്ട്.

37. നിന്നെ ഞാൻ കൊല്ലും

ഇല്ലേലോ മാലിലേലോ-
    ഇല്ലേലോ മാലേ
ഇല്ലേലോ മാലിലേലോ-
    ഇല്ലേലോ മാലേ
വട്ടപ്പറമ്പു നല്ല-
പുത്തൻപറമ്പ്
പുത്തൻപറമ്പിലുണ്ടൊരു
പൊട്ടക്കിണറ്
    -ഇല്ലേലോ-
പൊട്ടക്കിണറ്റിലുണ്ടൊരു
    പൊത്തും മടയും
പൊത്തുമടയ്ക്കുള്ളിലുണ്ടൊരു
    നാഗത്തോട് പാമ്പ്
        -ഇല്ലേലോ-
പട്ടിണിപ്പേറുപെറ്റു
    കിടപ്പാണു പാമ്പ്
പട്ടിണിപ്പേറുപെറ്റു-
    കിടപ്പാണു പാമ്പ്
        -ഇല്ലേലോ-
അപ്പോവരുന്നുണ്ടൊരു
    ചന്ദനവാലൻ കീരി
പട്ടിണിപ്പേറുപെറ്റു -
    കിടപ്പാണോ പാമ്പേ
        -ഇല്ലേലോ-
ഇന്നേയ്ക്കു ഏഴുദേവസം -
    ആയെന്റെ കീര്യേ
ദാഹിച്ച വെള്ളം -
    കുടിച്ചിട്ടെന്റെ കീര്യേ
        -ഇല്ലേലോ-
നീ നിന്റെ ഇരയും തേടി-
    പൊയ്ക്കൂടേ പാമ്പേ
നിന്റേരു പിഞ്ചുമക്കളെ

ഞാന്നോക്കാം പാമ്പേ
-ഇല്ലേലോ-
നിന്റേരു ഇരയും തേടി
പോകന്റെ പാമ്പേ
പൊത്തും മടയുമെല്ലാം
തപ്പിനടന്നേ
-ഇല്ലേലോ-
എന്റേരു പിഞ്ചു മക്കളെ
എന്താ നീ ചെയ്തേ?
എന്റേരു പിഞ്ചുമക്കളെ
എല്ലാം നീ തിന്നോ?
-ഇല്ലേലോ-
കാലോംള്ള കാലത്തോളം
നിന്നെ ഞാൻ കൊല്ലും
കാലോള്ള കാലത്തോളം
നിന്നെ ഞാൻ കൊല്ലും
-ഇല്ലേലോ-

വട്ടപ്പറമ്പിലെ പൊട്ടക്കിണറ്റിൽ പെറ്റു കിടക്കുന്ന അണലിപ്പാമ്പ്. ഒരു ദിവസം പാമ്പിന്റെ ആജന്മ ശത്രുവായ കീരി സുഹൃത്തായി അഭിനയിച്ച് പാമ്പിന്റെ സുഖാന്വേഷണത്തിനെത്തി. പ്രസവിച്ചു കിടക്കുന്നതിനാൽ തീറ്റതേടിപ്പോകാനാവില്ലെന്നും ആറേഴു ദിവസമായി പട്ടിണിയാണെന്നും പാമ്പ് കീരിയോട് തന്റെ സങ്കടം പറയുന്നു. കീരി പാമ്പിനോട് ഇരതേടി പൊയ്ക്കൊള്ളാൻ പറയുന്നു. ഇരതേടി വരുന്നതുവരെ പാമ്പിന്റെ കുഞ്ഞുങ്ങളെ താൻ നോക്കിക്കൊള്ളാമെന്നു പറഞ്ഞതനുസരിച്ച് പാമ്പ് ഇരതേടിപ്പോയി. ഇരതേടി തിരിച്ചുവന്ന പാമ്പ് തന്റെ കുഞ്ഞുങ്ങളെക്കാണാതെ കീരിയോട് വിവരമന്വേഷിച്ചു. കുഞ്ഞുങ്ങൾ തന്റെ ഭക്ഷണമായെന്നും അത് തന്റെ അവകാശമാണെന്നും നിന്നെയും ഞാൻ കൊല്ലുമെന്നും കീരി പാമ്പിനോട് പറഞ്ഞു. കീരി തന്നോടു കാണിച്ച ചതിയോർത്തു പാമ്പ് ദുഃഖിച്ചു. ഇതാണ് ഈ പാട്ടിന്റെ ആശയം.

ഇത് ഒരു പ്രതിരൂപാത്മക ഗാനമാണ്. പ്രത്യക്ഷത്തിൽ പാമ്പിന്റെയും കീരിയുടെയും കഥയാണെങ്കിലും വർഗ്ഗപരമായ ശത്രുതയെ സൂചിപ്പിക്കുന്നതാണ്. സമ്പന്ന വർഗ്ഗത്തിന്റെ തന്ത്രപരമായ ചതിപ്രയോഗത്തിന്റെ കഥയാണിത്. സ്നേഹപൂർവ്വം അടുത്തുകൂടി നശിപ്പിക്കുന്ന മുതലാളിത്ത സമീപനമാണ് ഈ പാട്ടിലൂടെ വ്യക്തമാക്കുന്നത്. മേലാളവർഗ്ഗം തന്ത്രപൂർവ്വമാണ് അടിയാള വർഗ്ഗത്തെ നശിപ്പിക്കുന്നതെന്ന് ഈ പാട്ട് നമ്മെ ബോധവല്ക്കരിക്കുന്നു. അമേരിക്കൻ സാമ്രാജ്യത്വം ദുർബ്ബലരാജ്യങ്ങളെ എങ്ങനെയാണ് നശിപ്പിക്കുന്നതെന്നും ഈ പാട്ട് നമ്മെ അനുസ്മരിപ്പിക്കുന്നുണ്ട്. മുതലാളിത്തത്തിന്റെ വർഗ്ഗസ്വഭാവം പ്രകടമാക്കുന്നതുകൂടിയാണ് ഈ പാട്ട്.

38. പുലരി പൂക്കണല്ലോ

തിന്തിമി തിമി തിന്തിമി തിമി
തെയ്യന്നം തിന്താരാ
തിന്തിമി തിമി തിന്തിമി തിമി
തെയ്യന്നം തിന്താരാ-
കേരളത്തിന്റെ കെയക്കു പാകത്ത്
പുലരി പൂക്കണല്ലാ
പുലരിപ്പെണ്ണിന്റെ വരവുകണ്ടിറ്റ്
കടലെരക്കണല്ലാ
തിന്തിമി തിമി.............
പൊന്നോണത്തിന്റെ പുലരി നമ്മട
പൊരയ്ക്കു മുന്നിലെത്തി
നെറഞ്ഞ കാകളും കനിയും നമ്മട
പൊരയ്ക്കു മുന്നിലെത്തും
തിന്തിമി തിമി......

അടിസ്ഥാന വർഗ്ഗത്തിന്റെ പ്രതീക്ഷയുടെ ഗാനമാണിത്. കേരളത്തിന്റെ കിഴക്കുഭാഗത്ത് പുലരി പൂക്കുന്നു. പുലരിയുടെ നിറം ചെമപ്പാണ്. തൊഴിലാളി വർഗ്ഗത്തിന്റെ പ്രതീക്ഷയുടെ നിറവും ചെമപ്പുതന്നെയാണ്. ചെമന്നു തുടുത്ത ആടയാഭരണങ്ങണിഞ്ഞ് തൊഴിലാളി വർഗ്ഗത്തിന്റെ പ്രതീക്ഷയുടെ പുലരി കേരളത്തിൽ എത്തിച്ചേർന്നു.

കേരളം ചെമപ്പണിയുമ്പോൾ കമ്യൂണിസ്റ്റ് ഭരണക്രമം പൂർണ്ണമായി നടപ്പിലാകുമ്പോൾ പൊന്നോണത്തിന്റെ സമൃദ്ധിയും സന്തുഷ്ടിയും സമാധാനവുമുള്ള ചെമന്ന പുലരി എത്തിച്ചേരും. മനുഷ്യരെല്ലാം വലുപ്പച്ചെറുപ്പമില്ലാതെ ഒന്നുപോലെ ജീവിക്കുന്ന സാമൂഹിക വ്യവസ്ഥയുടെ ചെമപ്പു നിറം വന്നുചേരും. എല്ലാപ്പുരകളിലും എന്നുമെന്നും ഓണക്കാലമെത്തിച്ചേരും. തൊഴിലാളിവർഗ്ഗത്തിന്റെ പ്രതീക്ഷയുടെ ചെമന്ന പുലരിയെത്തുമ്പോൾ സമൃദ്ധിയും സന്തോഷവും എത്തിച്ചേരണമെന്ന പ്രതീക്ഷയുടെ പാട്ടാണിത്.

39. പിന്നെന്തു തീണ്ടലാണ്?

പിന്നെന്തു തീണ്ടലാണ്
    തീണ്ടലാണ് തമ്പിരാൻ
പിന്നെന്തു തീണ്ടലാണ്
    തീണ്ടലാണ് തമ്പിരാൻ
ഉപ്പുകുത്ത്യാൽ മൊളയ്ക്കുമോ
വേലിമേൽ പടരുമോ?
പിന്നെന്തു തീണ്ടലാണ്
    തീണ്ടലാണ് തമ്പിരാൻ.
മത്സ്യമുള്ള നീറ്റില്

കുളിക്കാമോ കുടിക്കാമോ?
  മത്സ്യമുള്ള നീറ്റില്
കുളിക്കാമോ കുടിക്കാമോ?
പിന്നെന്തു തീണ്ടലാണ്
  തീണ്ടലാണ് തമ്പിരാൻ
തൊട്ടു തീണ്ട്യാല് കറുക്കുമോ
വെളുക്കുമോ ചുവക്കുമോ?
തൊട്ടുതീണ്ട്യാല് കറുക്കുമോ
വെളുക്കുമോ ചുവക്കുമോ?
പിന്നെന്തു തീണ്ടലാണ്
  തീണ്ടലാണ് തമ്പിരാൻ

സവർണ്ണർ, പൗരോഹിത്യ ഭരണകൂട കൂട്ടുകെട്ടിലൂടെ ചാതുർവർണ്യത്തിനു പുറത്തുള്ള ദളിതവിഭാഗത്തിനുമേൽ അടിച്ചേല്പിച്ച അർത്ഥശൂന്യങ്ങളായ നിരവധി ആചാരങ്ങളും വിശ്വാസങ്ങളും ഉണ്ടായിരുന്നു. നവോത്ഥാന പ്രസ്ഥാനങ്ങളുടെയും കമ്യൂണിസ്റ്റു പ്രസ്ഥാനത്തിന്റെയും ശക്തമായ ഇടപെടൽമൂലം ഇവയിൽ പലതും ഇല്ലാതായിരുന്നു. എങ്കിലും മതതീവ്രവാദശക്തികൾ അത്തരം അന്ധവിശ്വാസങ്ങളും അനാചാരങ്ങളും പുനർജ്ജനിപ്പിക്കാൻ ഹിംസയുടെ മാർഗ്ഗം സ്വീകരിച്ചുകൊണ്ടിരിക്കുന്നു. ഉത്തരേന്ത്യൻ സംസ്ഥാനങ്ങളിൽ മതതീവ്രവാദ ശക്തികൾ വിശ്വാസങ്ങളുടെയും ദുരാചാരങ്ങളുടെയും പേരിൽ ആയിരങ്ങളെ-ദളിതരെയും തൊഴിലാളികളെയും - കൊന്നൊടുക്കുന്നു. മതേതര വിശ്വാസങ്ങൾക്ക് ആഭിമുഖ്യമുള്ള കേരളത്തിലും മതത്തിന്റെയും അന്ധവിശ്വാസങ്ങളുടെയും ദുരാചാരങ്ങളുടെയും പേരിൽ മനുഷ്യക്കുരുതികൾ നടത്തിക്കൊണ്ടിരിക്കുകയാണവർ.

ദളിതന്റെ മേൽ സർവ്വാധിപത്യവും ചെലുത്തി അവനെ അടിമകളാക്കി തങ്ങൾക്ക് പ്രയോജനപ്പെടുത്താനുള്ള തന്ത്രങ്ങളായിരുന്നു സവർണ്ണമേധാവിത്വം ആവിഷ്കരിച്ചത്. അതിനുവേണ്ടി അവൻ കൂട്ടുപിടിച്ചത് *മനുസ്മൃതി*യും *ഭഗവദ്ഗീത*യുമൊക്കെയായിരുന്നു. സവർണ്ണൻ ബോധപൂർവ്വം സൃഷ്ടിച്ചു പ്രാവർത്തികമാക്കിയ ദുരാചാരങ്ങളിൽപ്പെട്ടവയായിരുന്നു തീണ്ടിക്കൂടായ്മയും തൊട്ടുകൂടായ്മയും.

ഈ പാട്ടിലൂടെ തൊട്ടുകൂടായ്മയുടെയും തീണ്ടിക്കൂടായ്മയുടെയും അർത്ഥശൂന്യത ദളിതർ സവർണ്ണനെ ബോദ്ധ്യപ്പെടുത്തുകയാണ്.

"എന്താണ് തീണ്ടൽ?" സവർണ്ണനായ തമ്പുരാനോട് ദളിതന്റെ ചോദ്യമാണ്. അർത്ഥമില്ലാത്ത ആചാരമാണ് അതെന്ന് ഉദാഹരണങ്ങൾ നിരത്തി അവർണ്ണൻ സവർണ്ണനെ ബോദ്ധ്യപ്പെടുത്തുകയാണ്. അവർണ്ണന്റെ വാദമുഖങ്ങൾ നോക്കുക:

"ഉപ്പുകുത്തിയാൽ-ഉപ്പുകൃഷിചെയ്താൽ-അത് മുളയ്ക്കില്ല. വേലിയിൽ പടരില്ല. അതുപോലെ വിഫലമായ ഒരു അനാചാരമാണ് തീണ്ടൽ. മത്സ്യമുള്ള വെള്ളത്തിൽ കുളിക്കാമോ, ആ വെള്ളം കുടിക്കാമോ എന്നു

ചോദിക്കുന്നതിനു തുല്യമാണ് ദളിതന്റെ സാമീപ്യം സവർണ്ണനെ അശുദ്ധമാക്കുന്നു എന്ന സിദ്ധാന്തം. ആകാശത്ത് അമ്പെയ്താൽ ആകാശം തുളയ്ക്കുമോ എന്ന ചോദ്യം പോലെ അർത്ഥശൂന്യമാണ് ഈ ആചാരം. കറുത്തവരായ ഞങ്ങൾ തൊട്ടാൽ സവർണ്ണൻ കറുക്കുമോ? ഇല്ല. സവർണ്ണനെ തൊടുന്നതുകൊണ്ട് കറുത്തവരായ ഞങ്ങൾ വെളുക്കുമോ? അതും നടക്കാത്ത കാര്യം. നിങ്ങൾ ദളിതരെന്നു മുദ്രകുത്തി ഞങ്ങളുടെ മേൽ അടിച്ചേല്പിച്ച ഈ ദുരാചാരങ്ങൾക്ക് യാതൊരർത്ഥവുമില്ല. ഞങ്ങളുടെ അദ്ധ്വാനത്തെ ചൂഷണം ചെയ്ത് നിങ്ങൾക്കു നേട്ടമുണ്ടാക്കാനുള്ള കുതന്ത്രങ്ങളാണവ."

വിവേകശൂന്യരായ സവർണ്ണരെ ബോധമണ്ഡലത്തിലേക്കു നയിക്കുന്ന അർത്ഥവത്തായ ഈ പാട്ട് മേലാള വർഗ്ഗത്തിന്റെയും അടിയാള വർഗ്ഗത്തിന്റെയും കാഴ്ചപ്പാടുകളുടെ പ്രതിഫലനമാണ്.

40. 'കൂന്താലിയൊണ്ട്'

ചോറൊണ്ടോ കെഴക്കേലെ-
വല്ല്യമ്മേടമ്മേ
കൂന്താലിയൊണ്ടെന്റെ
കോവാലാ (2)
അരിയൊണ്ടോ കെഴക്കേലെ
വല്ല്യമ്മേടമ്മേ
കൂന്താലിയൊണ്ടെന്റെ
കോവാലാ (2)
നെലമൊണ്ടോ കെഴക്കേലെ-
വല്യമ്മേടമ്മേ
കൂന്താലിയൊണ്ടെന്റെ
കോവാലാ (2)
കെളയ്ക്കട്ടെ കീറട്ടെ
വിത്തു വെതയ്ക്കട്ടെ
ചൊടിയിൽ കെളയ്ക്കട്ടെ
വളരട്ടെ പൂക്കട്ടെ
നെല്ലായിട്ടരിയായിച്ചോറായി മാറട്ടെ
കൂന്താലി ദേണ്ടെന്റെ
വല്ല്യമ്മേടമ്മേ..
ചോറൊണ്ടോ.......

മനുഷ്യവർഗ്ഗത്തിന്റെ എല്ലാ പുരോഗതിയുടെയും അടിസ്ഥാനം അദ്ധ്വാനമാണെന്നും അദ്ധ്വാനിക്കുന്നവന്റെ സംഘശക്തിയാണ് ലോകത്തിലെ ഏറ്റവും വലിയ ശക്തിയെന്നും ലോകത്തിന്റെ വളർച്ചയുടെ ഉടമ അദ്ധ്വാനിക്കുന്ന വർഗ്ഗമാണെന്നുമുള്ള മഹത്തായ തത്ത്വസംഹിതയെ തമസ്കരിക്കാൻ പിന്തിരിപ്പൻ ശക്തികൾ വിഫലശ്രമം നടത്തിക്കൊണ്ടിരി

ക്കുന്ന കാലമാണിത്. ലോകപുരോഗതിയുടെ പിതൃത്വം ഈശ്വരന് ചാർത്തിക്കൊടുത്ത്, അത്തരം വിശ്വാസങ്ങൾ ഊട്ടിയുറപ്പിച്ച് അധികാരം കൈയടക്കി പഴയകാലത്തെ മത-പൗരോഹിത്യ-നാടുവാഴിത്ത-സമ്പന്ന വർഗ്ഗ കൂട്ടുകെട്ട് പുനഃസ്ഥാപിക്കാൻ ഫാസിസത്തിന്റെ പുതിയ വേഷങ്ങൾ അണിയറയിലും അരങ്ങിലും അഴിഞ്ഞാട്ടം തുടങ്ങിക്കഴിഞ്ഞു. അദ്ധ്വാനം അന്യവല്ക്കരിക്കപ്പെടുന്നു. അദ്ധ്വാനിക്കുന്നവന്റെ ഐക്യത്തിന് തുരങ്കം വയ്ക്കുന്നു. ജാതിമത ചിന്തകൾക്ക് ഊർജ്ജം പകർന്ന് അദ്ധ്വാനിക്കുന്നവന്റെ സംഘശക്തിയെ ശിഥിലീകരിക്കുന്നു. അതിനു വേണ്ടി മുതലാളിത്തവും ധനാധിപത്യവും മതമേധാവിത്വവും കൈകോർക്കുന്നു. 'അദ്ധ്വാനമാണ് ചോറ്' എന്ന അദ്ധ്വാനത്തിന്റെ സന്ദേശം പുത്തൻ തലമുറയ്ക്ക് പകർന്നുകൊടുക്കുന്ന നാടൻ പാട്ടാണിത്.

അദ്ധ്വാനത്തിന്റെ മഹത്ത്വം അടുത്തതലമുറയെ പഠിപ്പിക്കുന്ന മുതിർന്ന തൊഴിലാളിയുടെ മനോധർമ്മം പ്രകടമാക്കുന്ന ഈ പാട്ട് തൊഴിലാളിവർഗ്ഗ സംസ്കാരത്തെയാണ് സൂചിപ്പിക്കുന്നത്.

"ചോറുണ്ടോ" എന്ന് ചോദിക്കുന്ന 'കോവാല'നോട് 'കൂന്താലി' യുണ്ടെന്ന് പറയുന്നതിലൂടെ പണിയെടുത്താൽ മാത്രമേ ഭക്ഷണമുണ്ടാകൂ എന്ന ഓർമ്മപ്പെടുത്തലാണ് വല്യമ്മേടമ്മ നടത്തുന്നത്. തുടർന്ന് അരിയും നെല്ലും ചോദിക്കുന്ന 'കോവാല'നുള്ള മറുപടി 'കൂന്താലി' തന്നെയാണ്. 'കൂന്താലി' എന്ന പ്രയോഗം 'പണിയെടുക്കൂ' എന്ന സൂചനയാണെന്ന് മനസ്സിലാക്കിയ 'കോവാലൻ' പണിയെടുക്കാൻ നിലമന്വേഷിച്ചു കണ്ടെത്തി നിലമൊരുക്കി, വിത്തു വിതച്ചു. നെല്ലു സ്വപ്രയത്നത്താൽ വിളയിച്ച് അദ്ധ്വാനഫലം സ്വാദോടെ അനുഭവിച്ചു. അദ്ധ്വാനത്തിന്റെ മഹത്ത്വമെന്തെന്ന് തിരിച്ചറിഞ്ഞു. "എല്ലുമുറിയെ പണിയെടുത്താൽ പല്ലുമുറിയെത്തിന്നാ"മെന്ന് 'കോവാല'ന്മാർ മനസ്സിലാക്കാനുള്ള ഈ പാട്ട് മണ്ണിനെ മറന്ന സമൂഹത്തിനുള്ള താക്കീതുകൂടിയാണ്.

41. മാനുഷ്യരെല്ലാരുമൊന്നുപോലെ

മാവേലി നാടുവാണീടും കാലം
മാനുഷരെല്ലാരുമൊന്നുപോലെ
ആമോദത്തോടെ വസിക്കും കാലം
ആപത്തങ്ങാർക്കുമൊട്ടില്ലതാനും
ആധികൾ വ്യാധികളൊന്നുമില്ല
ബാലമരണങ്ങൾ കേൾപ്പാനില്ല
പത്തായിരമാണ്ടിരിപ്പുമുണ്ട്
പത്തായമെല്ലാം നിറവതുണ്ട്.
എല്ലാ കൃഷികളുമൊന്നുപോലെ
നെല്ലിനു നൂറു വിളവതുണ്ട്
ദുഷ്ടരെക്കൺകൊണ്ടു കാൺമാനില്ല
നല്ലവരല്ലാതെയില്ല പാരിൽ

ഭൂലോകമൊക്കെയുമൊന്നുപോലെ
ആലയമൊക്കെയുമൊന്നുപോലെ
നല്ലകനകം കൊണ്ടെല്ലാവരും
നല്ലാഭരണങ്ങളണിഞ്ഞുകൊണ്ട്
നാരിമാർ ബാലന്മാർ മറ്റുള്ളോരും
നീതിയോടെന്നും വസിച്ചകാലം
കള്ളവുമില്ല ചതിയുമില്ല.
എള്ളോളമില്ല പൊളിവചനം
വെള്ളിക്കോലാദികൾ നാഴികളും
എല്ലാം കണക്കിനു തുല്യമായി
കള്ളപ്പറയും ചെറുനാഴിയും
കള്ളത്തരങ്ങൾ മറ്റൊന്നുമില്ല
നല്ലമഴപെയ്യും വേണ്ടുവോളം
നല്ലപോലെല്ലാ വിളവുംചേരും

വളരെ പഴക്കമുള്ള ഒരു നാടൻപാട്ടാണിത്. മഹാബലിചരിതം എന്ന പുരാണകഥയുമായി ബന്ധപ്പെടുത്തി തിരുവോണം എന്ന കേരളീയാഘോഷത്തോടു ചേർത്തുവയ്ക്കാനാണ് ഈ പാട്ടിനെ കൂടുതൽ പേരും ഉപയോഗിക്കുന്നത്.

മഹാബലി ദ്രാവിഡഗോത്ര രാജാവായതുകൊണ്ടും, നന്മയുടെ പ്രതീകമായതുകൊണ്ടും, മഹാബലിയെ നശിപ്പിച്ച മഹാവിഷ്ണു ആര്യഗോത്രവംശജനായതുകൊണ്ടും, ഈ അടുത്തകാലത്തായി ഹിന്ദുമത തീവ്രവാദികൾ തിരുവോണമെന്ന ബലിബന്ധിയായ ആഘോഷത്തെ വാമന ജയന്തിയായി കൊണ്ടാടാനുള്ള ശ്രമം നടക്കുന്നുണ്ട്. ഓണവുമായി ബന്ധപ്പെട്ട ഈ പാട്ടിലെ 'മാവേലിനാട്' സോഷ്യലിസ്റ്റ് സാമൂഹ്യക്രമം നിലവിലുണ്ടായിരുന്ന ഒന്നായിട്ടാണ് സങ്കല്പനം ചെയ്തിട്ടുള്ളത്. ഓണാഘോഷത്തെ സംബന്ധിച്ച് മാവേലിപ്പാട്ടാണ് ഏറെ പ്രചാരത്തിലുള്ളത്. എന്നാൽ മറ്റു ചില വിശ്വാസങ്ങളും നിലവിലുണ്ടെന്ന വസ്തുത നാം വിസ്മരിച്ചുകൂടാ.

കേരളം ഭരിച്ചിരുന്ന കുലശേഖരന്മാരിൽ ഒരാളായ മഹാബലിപ്പെരുമാൾ, തൃക്കാക്കര ക്ഷേത്രത്തിലെ പ്രതിഷ്ഠാ മൂർത്തിയായ ശ്രീമഹാദേവന്റെ ജന്മനാളായ ചിങ്ങമാസത്തിലെ തിരുവോണം കേരളമാകെ ആഘോഷിക്കാൻ തീരുമാനിച്ചു. കേരളത്തിന്റെ പലഭാഗങ്ങളിൽനിന്നും നാടുവാഴികളും, പ്രഭുക്കന്മാരും, സാമന്തരാജാക്കന്മാരും തൃക്കാക്കരയെത്തിയാണ് ആഘോഷങ്ങളിൽ പങ്കെടുത്തിരുന്നത്. അതിനുവേണ്ടിയുള്ള യാത്ര ഏറെ ക്ലേശകരമായിരുന്നു. അതിനാൽ തിരുവോണം സ്വന്തം ഗൃഹങ്ങളിൽത്തന്നെ ആഘോഷിക്കാൻ മഹാബലിപ്പെരുന്നാൾ അനുവാദം നല്കി. അതനുസരിച്ച് കേരളീയർ ചിങ്ങമാസത്തിലെ തിരുവോണം ആഘോഷിക്കുന്നുവെന്നതാണ് മറ്റൊരു കഥ.

തിരുവോണാഘോഷം ബുദ്ധമതാചാരങ്ങളുമായി ബന്ധപ്പെട്ടതാ

ണെന്ന അഭിപ്രായങ്ങളും നിലവിലുണ്ട്.

കേരളം ഭരിച്ചിരുന്ന ചേരമാൻ പെരുമാൾ ഇസ്ലാം മതം സ്വീകരിച്ച് മക്കയിലേക്ക് യാത്രയായത് ചിങ്ങമാസത്തിലെ തിരുവോണമാണെന്നും ആ ഓർമ്മയ്ക്കു വേണ്ടി ഓണം ആഘോഷിക്കുന്നുവെന്നും ചിലർ വാദിക്കുന്നു. ഇവയെല്ലാം ഐതിഹ്യങ്ങളായിത്തന്നെ അവശേഷിക്കുകയാണ്.

എല്ലാ മതവിശ്വാസികളും ജാതിവിഭാഗങ്ങളും ഒരുമിച്ചു ചേർന്നാഘോഷിക്കുന്ന വിളവെടുപ്പുത്സവമാണ് ഓണമെന്ന അഭിപ്രായത്തിന് ശാസ്ത്രീയതയും പ്രാമുഖ്യവും ഉണ്ട്. സമത്വത്തിലും സാഹോദര്യത്തിലും സംഘശക്തിയിലും വിശ്വസിച്ചിരുന്ന തൊഴിലാളിവർഗ്ഗത്തിന്റെ അദ്ധ്വാനത്തിന്റെ ഫലം സ്വരൂപിക്കുന്നത് ആഘോഷമായി അവർ ആചരിച്ചു. പണിയെടുക്കുന്നവന് ജാതിയോ മതമോ ഇല്ല. എല്ലാവരെയും അവൻ മനുഷ്യവർഗ്ഗമായി മാത്രമേ കാണുന്നുള്ളൂ. അവന്റെ ആഘോഷത്തിൽ ഐതിഹ്യവും യാഥാർത്ഥ്യവും ഇഴചേർന്നിരുന്നു. അങ്ങനെ അവന്റെ ആഗ്രഹങ്ങൾക്കനുസൃതമായി പണിയെടുക്കുന്നവന്റെ ഭാവനയിൽ ഉരുത്തിരിഞ്ഞതാകാം മാവേലിയെക്കുറിച്ചുള്ള കഥയും പാട്ടുകളും. മാവേലിപ്പാട്ടിന്റെ ആശയം നോക്കുക. കാൾ മാർക്സിന്റെ കമ്യൂണിസ്റ്റാശയങ്ങളുമായി ഏറെ പൊരുത്തമുള്ളതാണ്. കമ്യൂണിസ്റ്റാശയങ്ങളുമായി പൊരുത്തമുള്ള "മാനുഷരെല്ലാരുമൊന്നു പോലെ" എന്ന ആശയം വിളംബരം ചെയ്യുന്ന ഓണാഘോഷത്തെ വാമനജയന്തിയാക്കിത്തീർക്കാൻ മതഭ്രാന്തന്മാർ ആവേശം കാണിക്കുന്നതിൽ അത്ഭുതമില്ല.

"മാവേലി നാടുവാണീടും കാലം" എന്ന പാട്ടിലുടനീളം പ്രകടമാകുന്നത് സ്ഥിതിസമത്വ സിദ്ധാന്തത്തിന്റെ ആശയങ്ങളാണ്. എല്ലാ മനുഷ്യരും ഒന്നാണെന്നും അവരെല്ലാം സന്തോഷത്തോടെ വസിക്കുന്നുവെന്നും പാട്ട് ഉദ്ഘോഷിക്കുന്നു. ജാതിമതഭേദമില്ലാതെ, ഉച്ചനീചത്വങ്ങളൊന്നുമില്ലാതെ ശാന്തിയും സമാധാനവും നിലനില്ക്കുന്ന മാനവസമൂഹസങ്കല്പമാണ് ആ വരികളിൽ പ്രകടമാകുന്നത്.

ആപത്തുകളൊന്നുമില്ലാത്ത, വ്യാധികളില്ലാത്ത, ബാലമരണങ്ങളില്ലാത്ത, പത്തായിരമാണ്ടു ജീവിതമുള്ള സമൃദ്ധമായി ജീവിക്കുന്ന ഒരു മാനവവർഗ്ഗം സ്ഥിതിസമത്വസിദ്ധാന്തത്തിനു സാക്ഷ്യം വഹിക്കുന്നു.

കാർഷികാഭിവൃദ്ധിയുള്ള ഒരു രാജ്യം, ദുഷ്ടന്മാരില്ലാത്ത രാജ്യം, നല്ലവരുടെ രാജ്യം - അതാണ് തൊഴിലാളിവർഗ്ഗത്തിന്റെ ഭാവനയിലുള്ളത്. ലോകത്തെല്ലാം ഒരുപോലെ, ലോകരെല്ലാം ഒരുപോലെ, വീടുകൾ ഒരേ തരം, ബാലന്മാരും, നാരിമാരും വൃദ്ധജനങ്ങളും നീതിയോടും വസിക്കുന്ന കാലം. കള്ളവും ചതിയുമില്ലാത്ത, പൊളിവചനവും കള്ളപ്പറയുമില്ലാത്ത കാലം. സമ്പൽസമൃദ്ധിയോടെ നീതിനിഷ്ഠയോടെ, ഒരേ മനസ്സോടെ 'മനുഷ്യരായി' മാത്രം സുഖമായി ജീവിക്കുന്ന കാലം - സോഷ്യലിസ്റ്റ് സാമൂഹ്യക്രമം നിലവിലുള്ള കാലം - അതാണ് ഈ പാട്ടിലൂടെ മലയാളി, പ്രത്യേകിച്ചും തൊഴിലാളിവർഗ്ഗം ആഗ്രഹിക്കുന്നത്. ഈ വർഗ്ഗവീക്ഷണമാണ് ഈ പാട്ടിൽ നിഴലിക്കുന്നത്.

42. താളിക്കൂല്യടിമ ഞാനേ

തമ്പ്രാൻ:

പൂവൊള്ള പൂമേടയ്ക്ക്
വരികിണോ ചെറുപുലയി

പുലയി:-

ഞാനിപ്പം വരികിണില്ലേ
തമ്പുരാൻ പടിക്കയീ
ചീവിപ്പോരു തമ്പുരാനേ
താളിക്കൂല്യടിമ ഞാനേ
എനിക്കിട്ടൊരുങ്ങിപ്പോവാ
മ്പൊടവയില്ലടിമയ്ക്ക്

തമ്പ്രാൻ:-

ഞാന്തന്നോരു പുടവ
എന്തുചെയ്തു ചെറുപുലയീ?

പുലയി:

ഒളിമായം തന്നതിന്
വെലയുണ്ടോ തമ്പിരാനേ?

തമ്പ്രാൻ:-

പൂവൊള്ള പൂമേടയ്ക്ക്
വരികിണോ ചെറുപുലയീ?

പുലയി:-

ഞാനിപ്പം വരികിണില്ലേ
തമ്പുരാമ്പടിക്കയീ
ചീവീപ്പോരു തമ്പിരാന്റെ
താളിക്കൂല്യടിമ ഞാനേ
എനിക്കിട്ടൊരുങ്ങിപ്പോവാൻ
മാലയില്ലടിമയ്ക്ക്

തമ്പ്രാൻ:

ഞാന്തന്ന കയ്ത്തുമാല
എന്തു ചെയ്തു ചെറുപുലയി?

പുലയി:

ഒളിമായം തന്നതിന്
വെലയുണ്ടോ തമ്പിരാനേ

തമ്പ്രാൻ:

പൂവൊള്ള പൂമേടയ്ക്ക്
വരികിണോ ചെറുപുലയി

പുലയി:

ഞാനിപ്പം വരികിണില്ലേ
തമ്പുരാമ്പടിക്കയീ

ചീവിപ്പേരു തമ്പിരാന്റെ
താളിക്കൂല്യടിമഞാനേ
എനിക്കിട്ടങ്ങൊരുങ്ങിപ്പോവാൻ
അരഞ്ഞാണമെനിക്കില്ലേ

തമ്പ്രാൻ:

ഞാന്തന്നോരരഞ്ഞാണമ-
ങ്ങെന്തുചെയ്തു ചെറുപുലയീ?

പുലയി:-

ഒളിമായം തന്നതിന്
വെലയൊണ്ടോ തമ്പിരാനേ?

തമ്പ്രാൻ:

പൂവൊള്ള പൂമേടയ്ക്ക്
വരികിണോ ചെറുപുലയീ?

പുലയി:-

തണ്ടയും മുടുകൊട്
താലിയും മാല, മുണ്ടും
മേലരഞ്ഞാണം, രണ്ടു
തക്കയും മൂക്കുത്തിയും
മത്തളമിടയ്ക്കയും
കൊമ്പുകുഴലുമൂതി
തമ്പുരാൻ വരുമെങ്കി
പോരാം ഞാൻ പൂമേടയ്ക്ക്

വരികിണോ-വരുന്നുണ്ടോ
താളിക്കൂല്യടിമ - താളിക്കൂലി
അടിമ - ദാസ്യവൃത്തി ചെയ്യുന്ന അടിമ
പൊടവ - പുടവ
ഒളിമായം തന്നത് - രഹസ്യമായി തന്നത്
കയ്ത്തുമാല - കഴുത്തിലണിയുന്ന മാല
തണ്ട - കാലിലിടുന്ന ഒരുതരം ആഭരണം
മുടു, മുടുക് - ഒരുതരം പൊൻവള
തക്ക - കാതിലിടുന്ന ഒരുതരം ആഭരണം
മത്തളം - മദ്ദളം

ജന്മിയായ യുവാവും അയാളുടെ അടിമയായ പുലയ സമുദായത്തിൽപ്പെട്ട യുവതിയും തമ്മിൽ നടക്കുന്ന സംഭാഷണത്തിന്റെ രൂപത്തിലുള്ള ഈ പാട്ട് ഒരുകാലത്തെ ജന്മിമാരുടെ വർഗ്ഗസ്വഭാവമായ മൂരിശൃംഗാരത്തിന്റെ ഉദാഹരണമാണ്. ഈ പാട്ടിന്റെ ആശയത്തിന്റെ നാടകീയാവിഷ്കാരമാണ് ചുവടെ ചേർക്കുന്നത്.

(ഒരു സന്ധ്യനേരം. ഒരു ചെറ്റക്കുടിലിന്റെ ഉമ്മറത്ത് കപ്പയരിഞ്ഞു കൊണ്ടിരിക്കുന്ന സുന്ദരിയായ പുലയ യുവതി. ജോലിക്കിടയിൽ അവൾ അവ്യക്തമായി പാടുന്നുമുണ്ട്. ജന്മിയായ ഒരു യുവാവ്-തമ്പുരാൻ-ചുറ്റും നോക്കി നോക്കി പതുങ്ങിപ്പതുങ്ങി കടന്നുവരുന്നു. യുവതിയുടെ സൗന്ദര്യം ആസ്വദിച്ചുകൊണ്ട് ശൃംഗാരഭാവത്തിലാണ് വരവ്. അയാൾ അല്പനേരം യുവതിയെ നോക്കി നിന്നശേഷം പതിയെ മുരടനക്കി. പുലയി ഞെട്ടിത്തിരിഞ്ഞു നോക്കി, തമ്പുരാനെക്കണ്ട് എഴുന്നേറ്റ് ആദര വോടെ ഒതുങ്ങിനിന്നു)

പുലയി :- (ചെറുഭയത്തോടെ)
ശ്യോ! കൊച്ചമ്പ്രാൻ!
എന്താ തമ്പ്രാ, ഈ മോന്ത്യേരത്ത്

തമ്പ്രാൻ :
ഹായ്! 'ഇരുന്നോളൂ.
എന്താ ത്രയ്ങ്ങട് ഭയക്കണേ?
ഇരിക്ക്യാ.... അങ്ങടിരിക്ക്യാ... പണി
യങ്ങട് നടക്കട്ടെ. നോം ഇവിടേ
ങ്ങട് നിന്നേ വന്നകാര്യം ങ്ങട് പറയാം.

പുലയി : (കപ്പയും മുറവും മാറ്റിവച്ച് ആദരവോടെ ഒതുങ്ങിനിന്നു)

തമ്പ്രാൻ : (യുവതിയോടടുത്ത് ശൃംഗാരഭാവത്തിൽ) ഹായ്! കൊച്ചുപുലക്കള്ളീ! പിന്നേ.... നമുക്കേ... നമ്മുടെ പൂമേടയിലേക്കങ്ങ്ട് പോകാമോ?

പുലയി : ശ്ശ്യോ! അടിയനില്ലേ, തമ്പ്രാ... തമ്പ്രാന്റെ അടിമേല്യേ അടിയൻ.... പിന്നേ... അടിയന് ഒരുങ്ങിവരാനേ പൊട വേംല്ലാലോ.

തമ്പ്രാൻ : ങേ! നോം... നോം തന്ന പുടവ എന്താങ്ങട് ചെയ്തേ?

പുലയി : അത്... അത് തമ്പ്രാ ഒളിമായം തന്നേല്ലേ? അതിന് ഒരു വെലേംല്ലാലോ.

തമ്പ്രാൻ : ന്നാലേ ഒട്ടും അമാന്തിക്കണ്ടാ. താൻ നമ്മുടെ മണിമേടേലയ്ക്കങ്ങട് പോന്നോളൂട്ടോ.

പുലയി : ശ്യോ! ഈ തമ്പ്രാന്റേരു... തമ്പ്രാ... തമ്പ്രാന്റെ അടിമ്യാടിയൻ. അടിയനൊരുങ്ങിവരാനോ.. മാലേംല്ലാ.

തമ്പ്രാൻ : നോം കഴുത്തിലണിയിച്ച മാല എവിട്യാ?

പുലയി : ആ മാലേം ഒളിമായം തന്നതല്ലേ തമ്പ്രാ? അതിനും ഒരു വെലേംല്ലാലോ.

തമ്പ്രാൻ : ഹായ്! എന്തായിപ്പറേണേ? താനങ്ങ്ട് പോന്നോളൂ. നമ്മുടെ മേടേലേയ്ക്കങ്ങട് പോന്നോളൂ.

പുലയി : തമ്പ്രാ, തമ്പ്രാന്റെ അടിമയല്ലേ അടിയൻ. അടിയനില്ലേ. അണിഞ്ഞോണ്ടുവരാൻ അരഞ്ഞാണോം അടിയനില്ലേ.

തമ്പ്രാൻ : നാം നെനക്ക് അരഞ്ഞാണോമങ്ങ്ട് തന്നല്ലോ.
പുലയി : ഒളിമായം തന്ന അരഞ്ഞാണത്തിനും വെലേല്ലമ്പ്രാ
തമ്പ്രാൻ : നോം വീണ്ടും തന്നേങ്ങട് ക്ഷണിക്ക്യാ. നമ്മുടെ പൂമേടയിലേക്ക്. പോന്നോളൂ അങ്ങ്ട്.
പുലയി : തമ്പ്രാ അടിയൻ വരാം. തമ്പ്രാൻ പോയി തണ്ടയും മുടുവും, താലീം മാലേം, തക്കേം മൂക്കുത്തീം അരഞ്ഞാണോം, പൊടവേം കൊണ്ട് കൊട്ടും കൊയലുമായി വന്നാട്ടെ. അടിയൻ പൂമേടയിലേക്കു വന്നോളാം.
തമ്പ്രാൻ ; (സ്തംഭിച്ചു നിന്നുപോയി)

ജന്മിമാരുടെ വർഗ്ഗസ്വഭാവം പ്രകടമാക്കുന്ന ഒരു പാട്ടാണ് മേലുദ്ധരിച്ചത്. ജന്മിമാരുടെ ദാസ്യവേല ചെയ്തു ജീവിതം തള്ളിനീക്കാൻ മേലാളവർഗ്ഗം അലിഖിത നിയമങ്ങളാൽ വിധിക്കപ്പെട്ട ദളിത സ്ത്രീകളോട് ഉപരിവർഗ്ഗം നടത്തിവന്നിരുന്ന കാടത്തത്തിനെതിരേ അഭിമാനബോധമുള്ള തൊഴിലാളിപ്പെൺകുട്ടിയുടെ ചെറുത്തുനില്പാണ് ഈ പാട്ടിൽ കാണുന്നത്. ജന്മിത്തത്തോടുള്ള ഈ അടിയാളപ്പെൺകുട്ടിയുടെ പ്രതികരണം തൊഴിലാളിയുടെ വർഗ്ഗബോധത്തെ ഉണർത്തുന്നതാണ്.

43. നടവരമ്പേ പോണതാരാ?

തമ്പുരാൻ :

കൈനെറയെ വളയുമിട്ട്
നടവരമ്പേ പോണതാരേയ്?

പുലയി:

കൃഷിക്കാരൻ തമ്പിരാന്റെ
അടിമച്ചെറുപൊലയി

തമ്പുരാൻ:

കൈവള കളഞ്ഞുംവച്ച്
കൊടക്കീഴെ പോരെടി പെണ്ണേ
കൊടക്കീഴെ പോരെടി പെണ്ണേ

പുലയി:

കൊടയെനിക്കിന്നത്തേക്കും
കൈവളയെന്നത്തേക്കും

തമ്പുരാൻ:

കാതിലോല തക്കയിട്ട്
നടവരമ്പേ പോണതാരേയ്?

പുലയി:

കൃഷിക്കാരൻ തമ്പിരാന്റെ
അടിമച്ചെറുപൊലയി

തമ്പുരാൻ:

ഓലത്തക്ക കളഞ്ഞുംവച്ച്

കൊടക്കീഴെ പോരെടിപെണ്ണേ
കൊടക്കീഴേ പോരെടി പെണ്ണേ

പുലയി:

കൊടയെനിക്കിന്നത്തേക്കും
ഓലത്തക്കയെന്നത്തേക്കും

തമ്പുരാൻ:

കാലിൽ വെള്ളിത്തളയുമിട്ട്
നടവരമ്പേ പോണതാരേയ്?

പുലയി:

കൃഷിക്കാരൻ തമ്പിരാന്റെ
അടിമച്ചെറുപൊലയി
അടിമച്ചെറുപൊലയി

തമ്പുരാൻ:

വെള്ളിത്തള കളഞ്ഞുംവച്ച്
കൊടക്കീഴേ പോരെടീ പെണ്ണേ
കൊടക്കീഴേ പോരെടി പെണ്ണേ

പുലയി:

കൊടയെനിക്കിന്നത്തേക്കും
വെള്ളിത്തളയെന്നത്തേക്കും

തമ്പുരാൻ:

കൈനെറയെ വളയുമിട്ട്
നടവരമ്പേ പോണതാരേയ്?
നടവരമ്പേ പോണതാരേയ്?

പുലയി:

കൃഷിക്കാരൻ തമ്പിരാന്റെ
അടിമച്ചെറുപൊലയി
അടിമച്ചെറുപൊലയി

ഈ പാട്ടും ജന്മിവർഗ്ഗത്തിന്റെയും അടിയാളവർഗ്ഗത്തിന്റെയും വർഗ്ഗസ്വഭാവം പ്രകടമാക്കുന്നതാണ്.

സ്വത്വങ്ങൾ ഉപേക്ഷിച്ച് തന്റെ കുടക്കീഴിലേക്ക് തമ്പുരാൻ അടിയാത്തിയെ ക്ഷണിക്കുകയാണ്. എന്നാൽ സ്വത്വങ്ങളാണ് എന്നേയ്ക്കുമുള്ളതെന്നും തമ്പുരാന്റെ കുടക്കീഴിലുള്ള സ്ഥാനം ക്ഷണികമാണെന്നും തമ്പുരാനെ അറിയിച്ച് തൊഴിലാളിവർഗ്ഗത്തിന്റെ സ്വത്വമായ ആത്മഭിമാനവും തന്റേടവും പ്രകടമാക്കുകയാണ് അടിയാളപ്പെൺകുട്ടി. അടിയാളപ്പെൺകുട്ടികളെ പ്രലോഭനങ്ങളിൽ കുടുക്കി വശത്താക്കി കാമപൂരണം നിർവ്വഹിച്ചിരുന്ന മേലാള ജന്മിവർഗ്ഗത്തിന് ചുട്ട മറുപടിയിലൂടെ പരിഹസിക്കുന്ന പാട്ടാണിത്.

44. കൊടുപ്പിനമ്മോ

കുമ്പളത്തും കഴുത്തൊടിച്ച്
പൽക്കടലിലിലൂഞ്ഞാലിട്ടു
ഊഞ്ഞാലിട്ടോരണ്ണന്മാർ-
ക്കെന്തെല്ലാം കൊടുക്കവേണം
വറുത്തരിയും തരിപ്പണവും
വാരിവാരിക്കൊടുപ്പിനമ്മോ
ഇനിയെങ്കിലും വാടീപെണ്ണേ
നല്ലപെണ്ണേ നാത്തൂനാരേ
എനിക്കെന്റെ ഇളിയിലെന്നേ-
നിക്കൊരടിയും നടക്കാൻ വയ്യേ
എനിക്കിരിക്കും കിഴക്കഞ്ചേല
എടുത്തുടനേ കൊടുപ്പിനമ്മോ
ഇനിയെങ്കിലും വാടീപെണ്ണേ
നല്ല പെണ്ണേ നാത്തൂനാരേ
എനിക്കെന്റെ കഴുത്തിലന്നേ-
നിക്കൊരടിയും നടക്കാൻ വയ്യേ
എനിക്കിരിക്കും കിഴക്കൻ താലി
എടുത്തുടനേ കൊടുപ്പിനമ്മോ
എനിക്കെന്റെ കൈയിലന്നേ-
നിക്കൊരടിയും നടക്കാൻ വയ്യേ
എനിക്കിരിക്കും കിഴക്കൻ മുടു
എടുത്തുടനേ കൊടുപ്പിനമ്മോ
ഇനിയെങ്കിലും വാടീപെണ്ണേ
നല്ലപെണ്ണേ നാത്തൂനാരേ
എനിക്കെന്റെ കാലിലന്നേ
നിക്കൊരടിയും നടക്കാൻ വയ്യേ
എനിക്കിരിക്കും കിഴക്കൻ തണ്ട
എടുത്തുടനേ കൊടുപ്പിനമ്മോ
എനിക്കെന്റെ കാതിലന്നേ
നിക്കൊരടിയും നടക്കാൻ വയ്യ
എനിക്കിരിക്കും കിഴക്കൻ തക്ക
എടുത്തുടനേ കൊടുപ്പിനമ്മോ
ഇനിയെങ്കിലും വാടീ പെണ്ണേ
നല്ലപെണ്ണേ നാത്തൂനാരേ

ഒരു ഊഞ്ഞാൽ പാട്ടാണ് മുകളിൽ കൊടുത്തിരിക്കുന്നത്. ഇല്ലായ്മകളുടെ നടുവിൽക്കഴിയുന്ന അധഃസ്ഥിതവർഗ്ഗത്തിന്റെ സ്വഭാവചത്രീകരണമാണ് ഈ പാട്ടിൽ കാണുന്നത്.

ഒരു ഓണക്കാലത്ത് ദരിദ്രവിഭാഗത്തിൽപ്പെട്ട നാത്തൂനെ ഊഞ്ഞാലാടാൻ വിളിക്കുന്നതും ഇല്ലായ്മകൾ നിരത്തി നാത്തൂൻ അത് നിരാകരിക്കുന്നതും പാട്ടിലൂടെ കാണാനാകും. പാട്ടിലെ കഥാപാത്രങ്ങളായ പെൺകുട്ടിയും നാത്തൂനും ദരിദ്രജനവിഭാഗത്തിന്റെ പ്രതിനിധികളാണ്. ഇല്ലായ്മകളുടെ കയ്പുനീർ ആവോളം അനുഭവിച്ചറിഞ്ഞവരാണവർ. അതുകൊണ്ടുതന്നെ ഇല്ലായ്മകൾ നിരത്തുന്ന നാത്തൂന് തനിക്കുള്ളതെല്ലാം നല്കാൻ അമ്മയോടു പറയുന്ന വിശാലമനസ്കയായ ഒരു പെൺകുട്ടിയെയാണ് നമുക്ക് ഈ പാട്ടിൽ കാണാൻ കഴിയുന്നത്. ഇല്ലായ്മകളുടെ വല്ലായ്മകൾ നല്ലതുപോലെ അനുഭവിച്ചറിഞ്ഞ ദരിദ്രജനവിഭാഗത്തിന്റെ വർഗ്ഗസ്വഭാവമാണ് ഈ പാട്ടിൽ പ്രകടമാകുന്നത്.

45. തെക്കും കൂറടിയാത്തി

തെക്കും കൂറടിയാത്തീ
തളിരുപുള്ളോത്തീ,
നീ നെയ്ത പായിന്റെ
വില ചൊല്ലെന്റവ്വേ
തമ്പിരാൻ തന്നാതടിയത്തിനുകൊള്ളാം
അടിയത്താലേതും പിശകുന്നതില്ലേ
നെല്ലാലൊരുമുറം
കോരീട്ടും തരാം
വാരീട്ടും തരാം, പായിങ്ങു
വയ്ക്കെടീ അങ്ങോട്ട് നില്ല്
നെല്ലിൽ പതിരുള്ളതടിയത്തിനു വേണ്ട
അടിയത്താലേതും പിശകുന്നതില്ലേ
വിത്താലൊരുമുറം
കോരീട്ടും തരാം വാരീട്ടും തരാം
പായിങ്ങു വയ്ക്കെടീ
അങ്ങോട്ടു നില്ലെടീ
വിത്തിൽ കളവുള്ളതടിയത്തിനുവേണ്ട
അടിയത്താലേതും പിശകുന്നതില്ലേ
ഉറുപ്പികയൊരുമുറം
കോരീട്ടും തരാം വാരീട്ടും തരാം
പായിങ്ങു വയ്ക്കെടീ
അങ്ങോട്ടു നില്ലെടീ
ഉറുപ്പിക കളവുള്ളതടിയത്തിനു വേണ്ട
അടിയനാലേതും പിശകുന്നതില്ലേ
കാശലൊരുമുറം
കോരീട്ടും തരാം വാരീട്ടും തരാം
പായിങ്ങു വയ്ക്കെടീ,

അങ്ങോട്ടു നില്ലെടീ
കാശിൽ കളവുള്ളതടിയത്തിനു വേണ്ട
അടിയനാലേതും പിശകുന്നതില്ലേ
ചേനയിലൊരു മുറം
കോരീട്ടും തരാം വാരീട്ടും തരാം
പായിങ്ങു വയ്ക്കെടീ
അങ്ങോട്ടു നില്ലെടീ.
ചെത്തുമ്പോ ചോക്കുന്നതടിയത്തിനു വേണ്ട
അടിയനാലേതും പിശകുന്നതില്ലേ
കിഴങ്ങാലൊരുമുറം
കോരീട്ടും തരാം വാരീട്ടും തരാം
പായിങ്ങു വയ്ക്ക്
അങ്ങോട്ടു നില്ല്
ചെത്തുമ്പോ വഴുക്കുന്നതടിയത്തിനു വേണ്ട
അടിയനാലേതും പിശകുന്നതില്ലേ
ചേമ്പാലൊരുമുറം
വാരീട്ടും തരാം, കോരീട്ടും തരാം
പായിങ്ങു വയ്ക്കെടീ,
അങ്ങോട്ടു നില്ലെടീ.
ചെത്തുമ്പോ ചൊറിയണതടിയനു വേണ്ട
അടിയനാലേതും പിശകുന്നതില്ലേ
ശീലയാലൊരുകുത്തു
വാരീട്ടും തരാം, കോരീട്ടും തരാം
പായിങ്ങു വയ്ക്കെടീ
അങ്ങോട്ടു നില്ലെടീ
അകംപുറമറിയാത്തതടിയനു വേണ്ട
അടിയനാലേതും പിശകുന്നതില്ലേ
തെക്കിണീക്കടക്കും ഞാൻ
തൂണൊക്കെ പുഴക്കും ഞാൻ
പായിങ്ങു വയ്ക്കെടീ
അങ്ങോട്ടു നില്ലെടീ
തെക്കിണീക്കടക്കില്ല തൂണൊന്നും പുഴക്കില്ല
പായ ഞാൻ വയ്ക്കില്ല
എങ്ങോട്ടും നില്ക്കില്ല
വടക്കിണീക്കടക്കും ഞാൻ
കരിങ്കല്ലു പുഴക്കും ഞാൻ
പായിങ്ങു വയ്ക്കെടീ,
അങ്ങോട്ടു നില്ലെടീ
വടക്കിണീക്കടക്കില്ല -

കരിങ്കല്ലു പുഴക്കില്ല
പായ ഞാൻ വയ്ക്കില്ല
എങ്ങോട്ടും നില്ക്കില്ല
അടുക്കളേക്കടക്കും ഞാൻ-
കുട്ട്യോളെപ്പിടിക്കും ഞാൻ
പായിങ്ങു വയ്ക്കെടീ-
അങ്ങോട്ടു നില്ലെടീ
അടുക്കളേക്കടക്കില്ല-
കുട്ട്യോളെപ്പിടിക്കില്ല
പായ ഞാൻ വയ്ക്കില്ല-
എങ്ങോട്ടും നില്ക്കില്ല
നിന്നെയീത്തൂണിന്മേൽ-
പിടിച്ചു ഞാൻ കെട്ടും.
അടിയനെത്തൂണിന്മേ-
പിടിച്ചാരും കെട്ടൂല്ല.
തെക്കുംകൂറടിയത്തീ,-
തളിരു പുള്ളോത്തീ
നീ നെയ്ത പായയ്ക്കു-
നെനക്കെന്തു വേണം?
ഒരു മുറി പഴകിയ-
തുണിക്കച്ചമാത്രം
തമ്പിരാൻ തന്നാ-
ലടിയത്തിനു കൊള്ളാം
അടിയത്താലേതും-
പിശകുന്നതല്ലേ

കമ്യൂണിസ്റ്റ് പ്രസ്ഥാനത്തിന്റെ പ്രവർത്തനങ്ങളിലൂടെ വർഗ്ഗബോധവും സംഘശക്തിയും ആർജ്ജിച്ചുകഴിഞ്ഞ, അഭിമാനബോധമുള്ള ഒരു അടിയാളപ്പെൺകുട്ടിയുടെ അതിശക്തമായ പ്രതികരണമാണ് ഈ പാട്ടിലൂടെ പ്രകടമാകുന്നത്.

താൻ നെയ്തുണ്ടാക്കിയ പായ വില്ക്കാൻ ജന്മിഗൃഹത്തിലെത്തുകയാണ് പുള്ളുവ സമുദായത്തിൽപ്പെട്ട പെൺകുട്ടി. തളിരുപോലെ സുന്ദരിയായ ഇളംപ്രായത്തിലുള്ള പുള്ളുവപ്പെൺകുട്ടിയെക്കണ്ട് വർഗ്ഗസ്വഭാവം സടകുടഞ്ഞെണീറ്റ 'ജന്മിത്തമ്പ്രാൻ' പായയ്ക്കു മാത്രമല്ല വിലപറഞ്ഞത്; ആ പെൺകുട്ടിയ്ക്കു കൂടിയാണ്. പായയ്ക്ക് അമിതമായ വില നല്കാൻ തയ്യാറാകുന്ന തമ്പുരാൻ ആ പെൺകുട്ടിയെ അടുത്തേയ്ക്കും ക്രമേണ അകത്തേയ്ക്കും ക്ഷണിക്കുന്നു. തമ്പുരാന്റെ 'രോഗം' എന്താണെന്ന് തിരിച്ചറിഞ്ഞ പെൺകുട്ടി എല്ലാ വാഗ്ദാനങ്ങളും തിരസ്കരിക്കുന്നു. ക്ഷുബിതനായ തമ്പുരാൻ അടിയാത്തിയുടെ അടുക്കളയിലേക്ക് അതിക്രമിച്ചു കടക്കുമെന്നും, പുള്ളോത്തിയെ തൂണിന്മേൽ പിടിച്ചുകെട്ടുമെന്നും ഭീഷ

ണിപ്പെടുത്തുന്നു. “അതൊന്നും നടക്കില്ല തമ്പ്രാനേ.” എന്ന് തന്റേടത്തോടെ സംഹാരരുദ്രയെപ്പോലെ അലറി വിളിച്ചുപറഞ്ഞുറഞ്ഞുതുള്ളിയ പുള്ളോത്തിയെക്കണ്ട് തമ്പുരാൻ നടുങ്ങി. ഭയന്നു വിറച്ച് തമ്പുരാൻ ചോദിച്ചു:

“നീ.... നീ നെയ്ത പായയ്ക്ക്
എന്താ... എന്ത്യാ വേണ്ട്യേ?
പറഞ്ഞോളൂ.”
“അടിയന് ഒരു മുറി പഴന്തുണി മാത്രം മതിയേ...”

തന്റെ ജോലിക്കുള്ള ന്യായമായ കൂലി മാത്രം ആവശ്യപ്പെട്ട പുള്ളോത്തിയോട് തമ്പുരാനുള്ള ബഹുമാനം ഇരട്ടിച്ചു; ഒപ്പം വർഗ്ഗബോധത്തിലും സംഘശക്തിയിലും അധിഷ്ഠിതമായ പുള്ളോത്തിയുടെ ചങ്കൂറ്റത്തിൽ ഭയവും.

ഒരു കാലത്ത് ജന്മിമാരുടെ അടിമകളായി അവരുടെ അഭീഷ്ടങ്ങൾക്ക് അടിയറവു പറയാൻ വിധിക്കപ്പെട്ട അടിയാളവർഗ്ഗം കമ്യൂണിസ്റ്റ് പ്രസ്ഥാനത്തിലൂടെ കരുത്താർജ്ജിച്ച് ഉയർത്തെഴുന്നേല്ക്കാൻ തുടങ്ങിയ കാലത്തോതാണ് ഇത്തരം പാട്ടുകൾ. അടിസ്ഥാനവർഗ്ഗവീക്ഷണം പ്രകടമാക്കുന്ന ഇത്തരം പാട്ടുകളുടെ ആവശ്യകത ഇന്നും നിലനില്ക്കുന്നുവെന്ന യാഥാർത്ഥ്യം നാം വിസ്മരിച്ചു കൂടാ.

46. “പോകാടീ പെങ്ങിളേ.”

തെയ്യന്നം തന്നാരോ
തെയ്യന്നം തന്നാരോ
തെയ്യന്നം തെയ്യന്നം
തെയ്യന്നം തന്നാരോ
പോകാടീ പെങ്ങിളേ-മ്മക്ക്
പോകാടീ പെങ്ങിളേ
മ്മട തമ്പ്രാന്റെ കോളു നെലത്തില്
കൊയ്യാനും പോകാട്യോ
-തെയ്യന്നം-
ങ്ങളുയുതോരു കണ്ടം
ങ്ങളു വെതച്ചോരു വിത്ത്
ചെകചെകന്നങ്ങ്
കെടക്കണ കാണുമ്പം
എന്തൊരു ചന്തോയം മ്മക്ക്
എന്തൊരു ചന്തോയം
-തെയ്യന്നം-
പൊന്നുവ വെളുത്തോരു
കണ്ടം കണ്ടോടീ
മ്മട തമ്പ്രാന്റെ കണ്ടം

താളത്തിലീണത്തി
കൊയ്യാന്തൊടങ്ങ്ണ
ചെറുമിപ്പെണ്ണാളേ-മ്മട
ചെറുമിപ്പെണ്ണാളേ.
-തെയ്യന്നം-
മണ്ണിന്റെ മക്കളേ ങ്ങള്
തീണ്ടലുള്ളോരല്ലേ
തമ്പ്രാന്റെ പാടത്ത്
കൊയ്യാനെറങ്ങുമ്പം - ആ
പാടത്തു തീണ്ടലുണ്ടല്ലോ
പാടത്തു തീണ്ടലുണ്ടല്ലോ
-തെയ്യന്നം-
കൊയ്യുമ്പോ തീണ്ടലില്ലേ
മെതിക്കുമ്പോ തീണ്ടലില്ലേ
കൊയ്ത്തും മെതിയും
കയിഞ്ഞാപ്പിന്നെ
തമ്പ്രാനു തീണ്ടലാണേ - മ്മട
തമ്പ്രാനു തീണ്ടലാണേ
-തെയ്യന്നം-
തമ്പ്രാനേ തമ്പ്രാനേ
എന്റെ മാടോന്ന്
കാണണോന്റമ്പ്രാ
എന്റെ കുട്ട്യോളേം
കെട്ട്യോളേം കാണന്റമ്പ്രാ
-തെയ്യന്നം-
കൊയ്ത്തുകാലം
വന്നാലാണേ
ഏനന്റ തമ്പ്രാ
മാടത്തിയൊന്നു
പൊകയോള്ളെന്റമ്പ്രാ
തീയൊന്നു പൊകയോള്ളെന്റമ്പ്രാ
-തെയ്യന്നം-

പണിയെടുക്കുന്നവന് തൊഴിലിനോടുള്ള ആത്മാർത്ഥതയും പണിയെടുപ്പിക്കുന്ന പണിയാളരോടു കാണിക്കുന്ന മനുഷ്യത്വമില്ലായ്മയും പ്രകടമാക്കുന്ന ഈ പാട്ട് ജന്മി-കുടിയാൻ സമ്പ്രദായം അതിന്റെ ഭീകരാവസ്ഥയിൽ നിലനിന്നിരുന്ന കാലത്തേതാണ്. രാവും പകലുമെന്നില്ലാതെ ജന്മിക്കു വേണ്ടി എല്ലുമുറിയെപ്പണിയെടുക്കുന്ന കർഷകത്തൊഴിലാളികൾ അനുഭവിക്കുന്ന യാതനകൾ തമ്പ്രാക്കന്മാരോട് വേദനയോടെ അറിയിക്കുന്ന രീതിയാണ് ഈ പാട്ടിൽ സ്വീകരിച്ചിരിക്കുന്നത്. നാട്ടുപ്രമാണി

മാരായ വരേണ്യവർഗ്ഗത്തിന്റെ കുടികിടപ്പുകാരായ ദളിതവിഭാഗത്തിൽപ്പെട്ട അടിമത്തൊഴിലാളികൾ ജന്മിക്കു സർവ്വ വിടുപണികളും ചെയ്യേണ്ടവരായിരുന്നു. ജന്മിത്തത്തിനെതിരായ പ്രതിശബ്ദങ്ങളെ ഉടലോടെ പാടശേഖരങ്ങളിൽ ചവിട്ടിത്താഴ്ത്തിയിരുന്ന കാലം. അദ്ധ്വാനിക്കുന്നവന് ജീവിക്കാനാവശ്യമായ കൂലിയില്ലാത്ത കാലം. ജന്മിക്കുവേണ്ടി അഹോരാത്രം കഠിനാദ്ധ്വാനം ചെയ്യേണ്ട കാലം. പട്ടിണിമരണങ്ങളുടെ കാലം. അക്കാലത്തെ അടിയാന്റെ ദുരിതങ്ങളുടെ നേർക്കാഴ്ചയാണ് ഈ പാട്ട്.

തമ്പാന്റെ നിലത്തിൽ കൊയ്യാൻ പോകാൻ പെണ്ണുങ്ങളെയും കൂട്ടരെയും ഉത്സാഹത്തോടെ വിളിച്ചുകൂട്ടുകയാണ് കർഷകത്തൊഴിലാളി.

"നമ്മൾ ഉഴുതുമറിച്ച പാടം. നമ്മൾ പൂട്ടിയൊരുക്കിയ പാടം. നമ്മൾ വിത്തു വിതച്ച പാടം. നമ്മുടെ ചോരയും നീരുമൊഴുക്കി പണിയെടുത്ത ആ പാടം പൊന്നിൻ കതിരണിഞ്ഞ് കുലച്ചുകിടക്കുമ്പോഴുണ്ടാകുന്ന "ചന്തോയം", എന്തൊരു സന്തോഷം!"

വിതയ്ക്കാനും കൊയ്യാനും തീണ്ടലില്ല. മണ്ണിന്റെ മക്കളായ നമ്മൾ അടിയാളർ തീണ്ടലുള്ളോരാണ്. തീണ്ടൽ ജാതികളായ നാം തമ്പ്രാന്റെ പാടത്ത് കൊയ്യുമ്പോ പാടത്തിനു തീണ്ടലില്ലേ? ഉണ്ട്. കൊയ്തെടുക്കുന്ന നെല്ലിനുമുണ്ട്. തീണ്ടൽ. പക്ഷേ, അപ്പോഴൊന്നും തമ്പ്രാനു തീണ്ടലില്ല. കൊയ്യുമ്പോ തീണ്ടലില്ല; മെതിക്കുമ്പോഴും തീണ്ടലില്ല. കൊയ്ത്തും മെതിയും കഴിഞ്ഞാൽ തമ്പ്രാക്കൾക്ക് അടിയാളരെ തീണ്ടലാണ്.

തീണ്ടലും തൊടീലും പറഞ്ഞ് ഞങ്ങളെ അകലങ്ങളിലേക്ക് ആട്ടിപ്പായിക്കുന്ന തമ്പ്രാൻ ഞങ്ങടെ മാടം കാണണം. ഞങ്ങടെ കെട്ട്യോളേം കുട്ട്യോളേം കാണണം. കൊയ്ത്തു കാലത്തു മാത്രം തീ പൊകയണ മാടങ്ങളിലാണ് അടിയങ്ങള് ചുരുണ്ടുകൂടണത്. ഞങ്ങടെ കഷ്ടപ്പാടുകൾ കാണാൻ തമ്പ്രാന് കണ്ണില്ല; കരളൂംല്ല. ഞങ്ങടെ വിയർപ്പും ചോരേം തമ്പ്രാക്കന്മാർ കൊയ്യുന്നു.

പണിയാളന്റെ കണ്ണുനീരിന്റെ ഉപ്പുകലർന്നതാണ് ഈ പാട്ട്.

പ്രതികരിക്കാനുള്ള ശേഷി സംഘശക്തിയിലൂടെ നേടിയെടുത്തതിനുശേഷമുള്ളതാണ് ഈ പാട്ട്. അതിനും കാലം കഴിഞ്ഞാണ് കർഷകത്തൊഴിലാളികൾ അടിമത്തത്തിൽ നിന്നും മോചനം നേടിയത്. ഉപരിവർഗ്ഗ കൊള്ളരുതായ്മകൾ അടിയാളവർഗ്ഗത്തെ അടിച്ചമർത്തിയിരുന്ന കാലത്ത് അങ്ങിങ്ങ് ഉയർന്നുകേട്ട പ്രതിശബ്ദങ്ങളാണ് ഈ പാട്ടിൽ ഉയർന്നുകേട്ടത്.

47. അമ്മ രാരീരം പാടിടാമേ

പെട്ടെന്നുറങ്ങീടുക - അമ്മ
രാരീരം പാടീടാമേ
പെട്ടെന്നുറങ്ങീടുക - അമ്മ
രാരീരം പാടിടാമേ
വമ്പെഴും ജന്മിതന്റെ - പറമ്പില്

ഉണ്ടമ്പതിലേറെക്കുടിൽ
പട്ടിണിക്കാരാണതിൽ
എന്നും വസിച്ചിടുന്നേ
-പെട്ടെന്നുറങ്ങീടുക
പാടത്തും ചേറണിയും പാവങ്ങൾ എന്നെന്നും
മേടയെ നോക്കിനോക്കി-
ക്കരയുന്നേ മാടും മുയുമനുമേ
സൂര്യൻ കെഴക്കുദിച്ചേ കിരണങ്ങ
വാരിവെതറുംനുമ്പേ
ആരും മൊടങ്ങിടാതെ പോയീടണം
കാര്യമായ് വേല ശെയ്യാൻ
-പെട്ടെന്നുറങ്ങീടുക-
അന്തിക്കു വന്നിടുമ്പോ കിട്ടണ
കൂലിയങ്ങട്ടിക്കുപോലുമില്ലേ
നേരമിങ്ങന്തിയായേ അമ്മ
ദേഹം തളന്നു വന്നേ
-പെട്ടെന്നുറങ്ങീടുക-
അച്ഛനിപ്പം വരുമേ അമ്മ
രാരീരം പാടിടാമേ
കിട്ടണ കൂലികൊണ്ടേ - അമ്മ
വേവിച്ചു തന്നിടാമേ
അന്തിയോളം പണിഞ്ഞ് - അച്ഛൻ
അന്തിക്കു വന്നിടുമ്പോ
കിട്ടണ കൂലിയാണേ - നമ്മക്ക്
അട്ടിക്കുപോലുമില്ലേ.
-പെട്ടെന്നുറങ്ങീടുക-

താരാട്ടു പാടാത്ത അമ്മമാർ കാണില്ല. അമ്മമാരുടെ താരാട്ടുപാട്ടിൽ വർഗ്ഗ സ്വഭാവം പ്രകടമാകും. കൊട്ടാരക്കെട്ടിനുള്ളിലെ അമ്മമാരുടെ താരാട്ടുപാട്ട്.

"ഓമനത്തിങ്കൾക്കിടാവോ - നല്ല
കോമളത്താമരപ്പൂവോ" എന്നിങ്ങനെ സമ്പന്നതയുടെ പ്രതീകങ്ങൾ നിറഞ്ഞവയായിരിക്കും. സംഘടിത തൊഴിലാളികളുടെ വർഗ്ഗസ്വഭാവം കൈവരിച്ചുകഴിഞ്ഞ തൊഴിലാളിയുടെ താരാട്ടുപാട്ടിൽപ്പോലും സംഘശക്തിയുടെ സന്ദേശം തെളിഞ്ഞു കാണും. നോക്കുക:

"പടിയടച്ചാലേ നമ്മക്ക്
പടേണി ചേരാമെടീ
കുടിയൊഴിച്ചാലേ- നമ്മക്ക്
കൊടിപിടിക്കാമെടീ."

തൊഴിലാളിവർഗ്ഗത്തിന്റെ സമരാവേശം അവരുടെ എല്ലാ പ്രവർത്ത

നങ്ങളിലും കാണും. അത് അവരുടെ വർഗ്ഗവീക്ഷണത്തിന്റെ ബഹിർസ്ഫുരണമാണ്. സ്വന്തം ജീവിതത്തിന്റെ കയ്പുനീർ കലർന്ന സത്യങ്ങൾ പാടി കുഞ്ഞിനെ ഉറക്കുന്ന താരാട്ടുപാട്ടാണ് മുകളിൽ ചേർത്തിരിക്കുന്നത്. തൊട്ടിലിൽ കിടക്കുന്ന പ്രായം മുതൽ പട്ടിണിയുടെ പടപ്പാട്ടായി കുഞ്ഞുങ്ങൾ താരാട്ടുകേട്ട് വളർന്ന്, വിപ്ലവ പ്രസ്ഥാനങ്ങൾക്കു കരുത്തു പകരുന്ന സമരപ്പോരാളികളാകണമെന്ന വർഗ്ഗവീക്ഷണം തൊഴിലാളികളുടെ സ്വത്വമാണ്.

ഈ താരാട്ടിലൂടെ അമ്മ വെളിപ്പെടുത്തുന്ന സത്യങ്ങൾ നോക്കുക: കുഞ്ഞിനോട് വേഗം ഉറങ്ങാൻ പറയുന്നതോടൊപ്പം അമ്മ തന്റെ ദുരിതങ്ങൾ ഒന്നൊന്നായി എണ്ണിപ്പറയുകയാണ്.

“പെട്ടന്നുറങ്ങുക, അമ്മ രാരീരം പാടിത്തരാം. ജന്മിയുടെ പറമ്പിലെ കുടികിടപ്പുകാരാണ് നാം. എന്നും നാം പട്ടിണിയിലാണ്. പാടത്തെ ചേറിൽ പണിയുന്ന പാവങ്ങളായ നമ്മൾ ജന്മിയുടെ മേടയെ നോക്കി കരയുകയാണ്. സൂര്യൻ കിഴക്കുദിക്കും മുമ്പേ തന്നെ കുടികിടപ്പുകാർ മുടങ്ങാതെ ജന്മിയുടെ വേലയ്ക്കത്തണം. പകൽ മുഴുവൻ പണിയെടുത്താൽ കിട്ടുന്ന കൂലി അഷ്ടിക്കുപോലും തികയില്ല. നേരം അന്തിയായി. അമ്മ ദേഹം തളർന്നാണ് വന്നത് കുഞ്ഞേ. പെട്ടെന്നുറങ്ങുക. അച്ഛൻ ഇപ്പോളെത്തും. കിട്ടുന്ന കൂലികൊണ്ട് അമ്മ ആഹാരമുണ്ടാക്കിത്തരാം. അച്ഛനു കിട്ടുന്ന കൂലി അഷ്ടിക്കു പോലും തികയുകയില്ല. അമ്മ രാരീരം പാടാം. പെട്ടെന്നു ഉറങ്ങൂ കുഞ്ഞേ.”

പണിയെടുക്കുന്നവന്റെ പരിദേവനങ്ങൾ താരാട്ടുപാട്ടിലൂടെ അവതരിപ്പിച്ച് ജന്മിത്തത്തിനെതിരേ പ്രതികരിക്കുകയാണ് ഈ അമ്മ. ഇത് കുഞ്ഞിനെ ഉറക്കാനുള്ള താരാട്ട് മാത്രമല്ല; ജന്മിത്തത്തിനെതിരായുള്ള പ്രതിഷേധവും കൂടിയാണ്.

48. എന്നെ പിന്നെ കൊല്ലുമേ

തമ്പുരാൻ:

മുണ്ടുതന്നു കൊണ്ടുപോവും
നാടടങ്ങും നങ്ങക്കുഞ്ഞേ

അടിയാത്തി:

മുണ്ടുതന്നു കൊണ്ടുപോവാൻ
ഞാൻ കൊറത്തി മകളല്ലേ?

തമ്പുരാൻ:

കുറത്തിമകളാണെങ്കി
അതിലും കുലം ഏറും നീ
താലി വച്ചു കൊണ്ടുപോവാം
നാടടങ്ങും നങ്ങക്കുഞ്ഞേ

അടിയാത്തി:

താലി വച്ചു കൊണ്ടുപോവാൻ

ഞാൻ കൊറത്തി മകളല്ലേ?

തമ്പുരാൻ:

കുറത്തിമകളാണെങ്കി
അതിലും കുലം ഏറും നീ
മാലയിട്ടു കൊണ്ടുപോവാം
നാടടങ്ങും നങ്ങക്കുഞ്ഞേ

അടിയാത്തി:

മാലയിട്ടു കൊണ്ടുപോവാൻ
ഞാൻ ചൂത്തരത്തി മകളല്ലോ?

തമ്പുരാൻ:

ചൂത്തരത്തി മകളെങ്കി
അതിലും കുലം ഏറും നീ

അടിയാത്തി:

അതിലും കുലം ഏറിലും
കൊറത്തിമകളല്ലേ?
എന്നെയോ കൊണ്ടുപോവാൻ
ഇത്രേം കൊതിയാണെങ്കി
അമ്മയേയും അച്ഛനേയും
കൊന്നിട്ടു വായോ തമ്പ്രാ

തമ്പുരാൻ:

എന്റെ കൂടെ വന്നാൽ പിന്നെ
എല്ലാവരേം കൊല്ലാമേ
താലീം കെട്ടി മാലേം ഇട്ട്
എന്റെ കൂടെ കൊണ്ടുപോവാം
എന്റെ കൂടെ വന്നാൽ പിന്നെ
എല്ലാവരോം കൊല്ലാമേ.

അടിയാത്തി:

നിന്നുടെ വാക്കുകേട്ട്
നിന്റെ കൂടെ വന്നാപ്പിന്നെ
എന്നെ പിന്നെ കൊല്ലുമേ
ഞാൻ കൂടെ വരണില്ലാ
ഞാൻ കൂടെ വരണില്ല.

ജന്മിത്തമ്പുരാനും അടിയാത്തിപ്പെൺകുട്ടികളും തമ്മിൽ നടക്കുന്ന സംഭാഷണത്തിന്റെ രൂപത്തിലുള്ള ഈ പാട്ട് സാമൂഹികമായ ഉച്ചനീചത്വങ്ങളും അനാചാരങ്ങളും നിലവിലിരുന്ന ഒരു കാലത്തിന്റെ തനത് കാഴ്ചപ്പാട് പ്രകടമാക്കുന്നതാണ്.

ഉത്തരേന്ത്യൻ സംസ്കാരത്തിന്റെ ഭാഗമായി കേരളത്തിലും വർണ്ണ വിവേചനം പ്രചരിപ്പിച്ച് പഴയ അന്ധവിശ്വാസങ്ങളും, മതമേധാവിത്വവും പുനഃസ്ഥാപിക്കാൻ മതതീവ്രവാദികൾ ശ്രമിക്കുന്ന ഈ കാലഘട്ടത്തിൽ

ഇത്തരം പാട്ടുകളുടെ അന്തഃസത്ത സാധാരണ ജനങ്ങളെ ബോദ്ധ്യപ്പെടുത്തേണ്ടത് കാലഘട്ടത്തിന്റെ അനിവാര്യതയായി തീർന്നിരിക്കുകയാണ്. ചാതുർവർണ്ണ്യത്തിന് പുറത്തുള്ള ശൂദ്രവിഭാഗമായി ഉപരിവർഗ്ഗം പുറംതള്ളിയിരുന്ന അടിയാളവർഗ്ഗത്തെ സമൂഹത്തിന്റെ പൊതുധാരയിൽനിന്ന് ആട്ടിയകറ്റിയിരുന്ന കാലത്തേതാണ് ഈ പാട്ട്. ഉപരിവർഗ്ഗത്തിന്റെ കൺവെട്ടത്തുപോലും എത്തിപ്പെടാൻ അർഹതയില്ലാത്തവരായി കല്പിച്ച് ദുരാചാരച്ചങ്ങലക്കെട്ടുകളാൽ തളയ്ക്കപ്പെട്ടിരുന്ന വിഭാഗങ്ങളിലെ സുന്ദരികളായ പെൺകിടാങ്ങളെ വശത്താക്കാൻ ജന്മിവർഗ്ഗം പല തന്ത്രങ്ങളും പ്രയോഗിച്ചിരുന്നു. അത്തരം മോഹനവാഗ്ദാനങ്ങളിൽ വീണുപോകാതെ, തമ്പുരാൻ പ്രയോഗിച്ച തന്ത്രങ്ങൾക്ക് ബദൽതന്ത്രപ്രയോഗത്തിലൂടെ സൗമ്യമായി പ്രതികരിക്കുന്ന ഒരു കമ്യൂണിസ്റ്റ് അടിയാത്തിയെയാണ് ഈ പാട്ടിലൂടെ നാം കാണുന്നത്.

തമ്പുരാന്റെയും അടിയാത്തിയുടെയും സംഭാഷണം ഗദ്യരൂപത്തിൽ ചുവടേ ചേർക്കുന്നതു ശ്രദ്ധിക്കുക.

തമ്പുരാൻ : നങ്ങക്കുഞ്ഞേ, നാട്ടാരറിഞ്ഞ്
നിനക്കു പുടവതന്ന് നിന്നെ ഞാൻ
കൊണ്ടുപോട്ടെ

അടിയാത്തി : ഹേയ്! അടിയൻ കൊറത്തിയല്ലേ
തമ്പ്രാ, പിന്നെങ്ങനെ തമ്പ്രാൻ
അടിയന് മുണ്ടുതരും

തമ്പുരാൻ : നീ കുറത്തിമകളാണെങ്കിലും കുല
മഹിമയുള്ളവളല്ലേ? നിന്നെ ഞാൻ താലികെട്ടി
കൊണ്ടുപോകാം.

അടിയാത്തി : തമ്പ്രാ; അടിയൻ കൊറത്തീടെ
മോളല്ലേ? പിന്നെങ്ങനെ തമ്പ്രാൻ
താലികെട്ടും

തമ്പുരാൻ : നീ കൊറത്തീടെ മകളാണേലും
നിനക്ക് കുലമഹിമേണ്ടല്ലോ?
ഞാൻ മാലയിട്ടു നിന്നെ കൊണ്ടുപോകാം.

അടിയാത്തി : എങ്ങനെ തമ്പ്രാ? അടിയൻ
ചൂത്തരത്തിയല്ലേ?

തമ്പുരാൻ : ചൂത്തരത്തിയാണേലും നിനക്കു
കുലമഹിമയുണ്ടല്ലോ!

അടിയാത്തി : കൊറത്തിയായ അടിയനെ
കൊണ്ടുപോവാൻ ഇത്രേം കൊതിയാണെങ്കി തമ്പ്രാ
തമ്പ്രാന്റെ അച്ഛനേം അമ്മേം കൊന്നിട്ടുവാ തമ്പ്രാ

തമ്പുരാൻ : എന്റെ കൂടെ വന്നാ എല്ലാരേം
കൊല്ലാം. താലീം കെട്ടി മാലേം
ഇട്ട് നിന്നെ ഞാൻ കൊണ്ടു

പോവാം.
അടിയാത്തി ; കൊള്ളാം തമ്പ്രാ. തമ്പ്രാന്റെ
വാക്കുകേട്ട് അടിയൻ തമ്പ്രാന്റെ
കൂടെ വന്നാ പിന്നേട് അടിയനേം
കൊല്ലൂല്ലേ? അച്ഛനേമമ്മേം
കൊല്ലണ തമ്പ്രാൻ അടിയനേം
കൊല്ലും. വേണ്ട തമ്പ്രാ. അടിയൻ വരണില്ല തമ്പ്രാ.

കാര്യം കാണാനായി എന്തും ചെയ്യാൻ മടിക്കാത്ത ജന്മിമാരുടെ തനി നിറമാണ് ഈ പാട്ടിൽ കാണുന്നത്. അതോടൊപ്പം ജന്മിത്തത്തിന്റെ തന്ത്രങ്ങളിൽ വീണുപോകാതെ ചങ്കൂറ്റത്തോടെ പ്രതികരിക്കുന്ന അടിയാത്തി പ്പെൺകുട്ടിയുടെ വർഗ്ഗബോധവും.

49. പോകാതെ പെണ്ണേ

തമ്പുരാൻ:
കോലീഞ്ചാ ചെറുവരമ്പേ
പോകാതെ പെണ്ണേ
ഇതുവഴി ഇതുവഴി -
കേറിവാ പെണ്ണേ
നിന്റെ മൂടല് എടുപെണ്ണേ
തിരുമുഖമെനിക്കൊന്നു കാണാൻ
കൊലീഞ്ചാ ചെറുവരമ്പേ
പോകാതെ പെണ്ണേ
നിന്റെ തിരുമുടി
എനിക്കൊന്നു കാണാൻ
കോലീഞ്ചാ ചെറുവരമ്പേ
പോകാതെ പെണ്ണേ
നിന്റെ മൂടല് എടു പെണ്ണേ
നിന്റെ തിരുനെഞ്ച്
എനിക്കൊന്ന് കാണാൻ
കോലീഞ്ചാ ചെറുവരമ്പേ
പോകാതെ പെണ്ണേ
നിന്റെ മൂടല് എടുപെണ്ണേ
നിന്റെതിരുവയറ്
എനിക്കൊന്നു കാണാൻ

അടിയാളപ്പെണ്ണ്:-
കോലീഞ്ചാ ചെറുവരമ്പ്
തടുക്കല്ലേ തമ്പ്രാ
കോലീഞ്ചാ ചെറുവരമ്പ്
മാറിപ്പോ തമ്പ്രാ

കോലീഞ്ചാ ചെറുവരമ്പ്
മാറിപ്പോ തമ്പ്രാ
കോലീഞ്ചാ ചെറുവരമ്പി
പാമ്പൊണ്ടേ തമ്പ്രാ
കട്ടാരേം കൈതേം
കാടായ വഴിയല്ലേ
കോലീഞ്ചാ ചെറുവരമ്പ്
മാറിപ്പോ തമ്പ്രാ

കട്ടാര - നീളമുള്ള മുള്ളോടുകൂടിയ ഒരു കുറ്റിച്ചെടി. കട്ടക്കാര, കണ്ടങ്കാര എന്നിങ്ങനെയും പേരുകളുണ്ട്.

കോലീഞ്ചാ ചെറുവരമ്പ് - കോലിഞ്ചി എന്നു പേരുള്ള ചെറിയ ചെടി വളർന്നു നില്ക്കുന്ന ചെറിയ വരമ്പ്.

മൂടല് - മൂടൽ - മൂടിയിരിക്കുന്ന തുണി; പുതപ്പ്

ജന്മിത്തം അതിന്റെ സകല പ്രതാപങ്ങളോടെയും അഴിഞ്ഞാടിയിരുന്ന കാലം. ഭരണകൂടം ഉപരിവർഗ്ഗത്തിന്റെ മർദ്ദനോപകരണമായിരുന്ന കാലം. ദളിതനെ ജന്മിമാർ അടിമകളാക്കിയിരുന്ന കാലം. തീണ്ടലും തൊടീലും, പുലപ്പേടിയും മണ്ണാപ്പേടിയും, മുലക്കരവും കീഴാളരെ സമൂഹത്തിന്റെ പൊതു ഇടങ്ങളിൽനിന്നു തല്ലിയകറ്റിയിരുന്ന കാലം. അപ്പോഴും അടിയാളപ്പെൺകൊടിമാരെ കാമപൂരണത്തിന് മേലാളവർഗ്ഗം കടന്നാക്രമിച്ചുകൊണ്ടിരുന്നു. അതിനു വഴങ്ങാത്തവരെ സമ്പന്നർ കുതന്ത്രങ്ങളിലൂടെ പാട്ടിലാക്കാൻ ശ്രമിച്ചിരുന്നു. തന്ത്രങ്ങളുപയോഗിച്ചുതന്നെ അടിയാളവർഗ്ഗം ഒരു പരിധിവരെ ചെറുത്തുനിന്നു. അത്തരം ഒരു സന്ദർഭമാണ് ഈ പാട്ടിലെ വിഷയം. ഉപരിവർഗ്ഗസ്വഭാവം പ്രകടമാക്കുന്ന ഈ പാട്ടിന്റെ കാലഘട്ടം തിരിച്ചുകൊണ്ടുവരാൻ മതതീവ്രവാദശക്തികൾ ഈശ്വരന്റെ പേരിൽ കടന്നുകയറാൻ തുടങ്ങിയിട്ടുള്ളതു തിരിച്ചറിയാൻ നമുക്കു കഴിയണം.

തമ്പ്രാന്മാരെ ഭയന്ന് ഒളിച്ചും പതുങ്ങിയും ചെറുവരമ്പേ പോകുന്ന അടിയാത്തിപ്പെൺകുട്ടിയെ തടഞ്ഞുനിർത്തി, മൂടല് എടുത്തുമാറ്റാനും അവളുടെ മുഖവും മുടിയും മുലയും വയറും കാട്ടാനും ആർത്തിയോടെ ആവശ്യപ്പെടുന്ന ജന്മിയെയും തന്റെ വഴിതടയാതെ മാറാനും, ചെറുവരമ്പിൽ പാമ്പും കട്ടാരയും കൈതയും നിറഞ്ഞ കാടുണ്ടെന്നും പറയുന്ന അടിയാളത്തിയെയും ഈ പാട്ടിൽ കാണാം.

ജന്മിത്തത്തെ നേരിട്ടെതിർക്കാനുള്ള ശക്തിയാർജ്ജിക്കാൻ കമ്യൂണിസ്റ്റ് പ്രസ്ഥാനം അടിയാളരെ പഠിപ്പിച്ചുതുടങ്ങിയ കാലത്തെ പാട്ടാണിത്. തങ്ങളുടെ പ്രതിരോധ ശക്തിയുടെ ദംശനമേല്ക്കാതെയും മൂർച്ചയേറിയ മുൾമുനയേല്ക്കാതെയും വഴിമാറാൻ പറയാനുള്ള സംഘശക്തി അടിയാളർ നേടിക്കഴിഞ്ഞുവെന്ന് അടിയാളത്തിയുടെ പാമ്പ്, കട്ടാര പ്രയോഗത്തിലൂടെ പ്രകടമാകുന്നു.

ജന്മിമാരുടെയും അടിയാളരുടെയും വർഗ്ഗസ്വഭാവം ഈ പാട്ട് വെളി

പ്പെടുത്തുന്നു.

50. മരമെല്ലാം വെട്ടിനെടാ

മരമെല്ലാം വെട്ടിനെടാ - തൈതോം
കാടെല്ലാം ചെത്തിനെടാ - തൈതോം
കല്ലെല്ലാം മാറ്റിനെടാ - തൈതോം
താളത്തിൽ വലിക്കിനെടാ - തൈതോം
താഴോട്ടു കുയിക്കിനെടാ - തൈതോം
അഞ്ചെട്ടു ചെറുമമ്മാരേ - തൈതോം
ഓടിവരുവിനെടാ തൈതോം
വടമെല്ലാം കെട്ടിനെടാ - തൈതോം
ഊരാൻ വഴിയിലൂടെ - തൈതോം
ഊക്കോടെ തള്ളിനെടാ - തൈതോം
ഉശിരോടെയെടുക്കിനെടാ - തൈതോം
ഊശിയായി നോക്കിനിന്നാ - തൈതോം
ഉശിരൊള്ള തല്ലുകൊള്ളാം - തൈതോം
താഴോട്ടുനോക്കിനെടാ - തൈതോം
തലക്കെട്ട് നീങ്ങണെടാ - തൈതോം
അഞ്ചെട്ട് പുള്ളമാര് - തൈതോം
തമ്പ്രാനും വരണൊണ്ടെടാ - തൈതോം
ആഞ്ഞു പിടിക്കിനെടാ-തൈതോം
ഊക്കോടെ വലിക്കിനെടാ-തൈതോം

നമ്മുടെ വനനശീകരണത്തിന് ജന്മി-കുടിയാൻ വ്യവസ്ഥയുടെ കാലത്തോളം പഴക്കമുണ്ടെന്ന് ഈ പാട്ട് സാക്ഷ്യം വഹിക്കുന്നു. എക്കാലത്തും രാജ്യത്തിന്റെ സമ്പത്ത് കൊള്ളയടിക്കുന്നതിൽ പ്രധാന പങ്കുവഹിക്കുന്നത് സമ്പന്ന വർഗ്ഗവും ഭരണവർഗ്ഗവും തമ്മിലുള്ള കൂട്ടുകെട്ടിലൂടെയാണെന്ന് ഓരോ രാജ്യത്തിന്റെയും ചരിത്രം നമ്മെ പഠിപ്പിക്കുന്നു. രാജഭരണ കാലത്തും വിദേശഭരണ കാലത്തും ജനാധിപത്യ ഭരണത്തിലും നമ്മുടെ സമ്പത്തിന്റെ വലിയൊരു ഭാഗം കൈയടക്കി വച്ചിട്ടുള്ളത് സമ്പന്നവർഗ്ഗമാണെന്ന് കണ്ടെത്താനാവും. കേരളത്തിന്റെ വനനശീകരണവും വനഭൂമി കൈയേറ്റവുമൊക്കെ നടത്തുന്നത് സമ്പന്നവർഗ്ഗമാണ്. അവർക്ക് ഒത്താശചെയ്യുന്നത് ഭരണകൂടവും. അടുത്തകാലത്തുണ്ടായ, മല്യയുടെയും നീരവ് മോദിയുടെയും വിക്രം കോത്താരിയുടെയും ബാങ്കു തട്ടിപ്പുകൾക്കും ഭരണകൂട സഹായമുണ്ടെന്നുള്ളത് നിഷേധിക്കാനാവില്ല. കോർപ്പറേറ്റുകൾ ബാങ്കുകളിൽനിന്ന് വായ്പയെടുത്ത കോടിക്കണക്കിന് രൂപ കിട്ടാക്കടമായി എഴുതിത്തള്ളി കോടീശ്വരന്മാരെ സഹായിക്കുന്നതും ഭരണകൂടം തന്നെയാണ്.

കേരളത്തിന്റെ വനംകൊള്ളയിൽ ജന്മിമാർക്കും നാടുവാഴികൾക്കും ഭരണകൂടത്തിനും പങ്കുണ്ടെന്ന യാഥാർത്ഥ്യമാണ് ഈ പാട്ടിലൂടെ വെളിവാകുന്നത്. തൊഴിലാളിവർഗ്ഗത്തെ പീഡിപ്പിച്ച് കടുംതൊഴിൽ ചെയ്യിച്ച് പൊതുമുതൽ കൊള്ളയടിക്കുന്ന സമ്പന്ന ഭരണകൂട കൂട്ടുകെട്ട് ഈ പാട്ടിലൂടെ തൊഴിലാളികൾ തന്നെ തുറന്നുകാട്ടുകയാണ്.

ഉപസംഹാരം

നമ്മുടെ നാടോടിപ്പാട്ടുകളിലെ ലഘുഗാനങ്ങളിൽപ്പെട്ട ഏതാനും എണ്ണത്തിന്റെ വർഗ്ഗവീക്ഷണം എന്താണെന്ന് സൂചിപ്പിക്കാൻ മാത്രമേ ഈ ഗ്രന്ഥത്തിലൂടെ ശ്രമിച്ചിട്ടുള്ളൂ. നമ്മുടെ നാടൻപാട്ടു വിഭാഗത്തിൽപ്പെട്ട കഥാഗാനങ്ങളിലും വർഗ്ഗപരമായ സമീപനങ്ങൾ കണ്ടെത്താനാവും. ഉപരിവർഗ്ഗത്തിന്റെ ദളിതവർഗ്ഗ കാഴ്ചപ്പാട് പ്രകടമാക്കുന്ന ഒന്നാണ് പൊട്ടൻ തെയ്യം. വടക്കൻപാട്ടുകളിൽ പലതിലും സ്ത്രീശാക്തീകരണ കാഴ്ചപ്പാട് കാണാവുന്നതാണ്. ഭദ്രകാളിപ്പാട്ടിലും പറണേറ്റു പാട്ടിലും തീയാട്ടിലുമൊക്കെ ദളിതവർഗ്ഗ കാഴ്ചപ്പാടുകൾ കണ്ടെത്താനാവും.

പല പാട്ടുകളിലും സമ്പന്നവർഗ്ഗത്തിന്റെയും പണിയാള വർഗ്ഗത്തിന്റെയും വീക്ഷണമെന്തെന്നു തുറന്നു കാട്ടുന്നുണ്ട്. എന്നാൽ മറ്റു ചിലതിൽ ഇത്തരം കാഴ്ചപ്പാടുകൾ പ്രതീകങ്ങളിലൂടെയാണ് പ്രകടമാകുന്നത്. അവ പാട്ടുകളുടെ വ്യാഖ്യാനത്തിലൂടെ മാത്രമേ കൂടുതൽ വ്യക്തമാകുകയുള്ളൂ.

നമ്മുടെ നാടോടി സാഹിത്യ കാലഘട്ടത്തിലെ ജനജീവിതത്തിന്റെ നേർക്കാഴ്ചകളും സാമൂഹികമായ പശ്ചാത്തലവും ആചാരങ്ങളും വിശ്വാസങ്ങളും ചരിത്രയാഥാർത്ഥ്യങ്ങളും പ്രത്യയശാസ്ത്ര വീക്ഷണങ്ങളും പഠിക്കുന്നതിനാവശ്യമായ സൂചനകൾ നമ്മുടെ നാടൻപാട്ടുകളിലുണ്ട്. ഇവ സമഗ്രമായ പഠനത്തിനും ഗവേഷണത്തിനും വിഷയമാക്കേണ്ട ഒന്നാണെന്നു തോന്നുന്നു. അതിനുള്ള ശ്രമങ്ങൾ ഉണ്ടാകുമെന്നു നമുക്കു പ്രത്യാശിക്കാം.

9 789389 410532

Printed by Libri Plureos GmbH in Hamburg,
Germany